അംബേദ്കർ
ജീവിതം കൃതി ദർശനം

ambedkar jeevitham krithy darsanam

•

rajesh chirappad

•

first edition
july 2011

•

second edition
january 2018

•

second impression
november 2021

•

published
chintha publishers, thiruvananthapuram

•

typesetting
akshara dtp centre, thiruvananthapuram

•

printed
print express, kochi

•

cover
vinod

•

വിതരണം

ദേശാഭിമാനി ബുക്ക് ഹൗസ്

H O തിരുവനന്തപുരം-695 035
phone: 0471-2303026, 6063026
www.chinthapublishers.com
chinthapublishers@gmail.com

ബ്രാഞ്ചുകൾ

ഹെഡ്ഡാഫീസ് ബ്രാഞ്ച് കുന്നുകുഴി • സ്റ്റാച്യു തിരുവനന്തപുരം • കെ എസ് ആർ ടി സി ബസ് സ്റ്റേഷൻ ആലപ്പുഴ • കെ എസ് ആർ ടി സി ബസ് സ്റ്റേഷൻ എറണാകുളം • മച്ചിങ്ങൽ ലെയിൻ തൃശൂർ • ഐ ജി റോഡ് കോഴിക്കോട് • മാവൂർ റോഡ് കോഴിക്കോട് • എൻ ജി ഒ യൂണിയൻ ബിൽഡിങ് കണ്ണൂർ • സെൻട്രൽ ബസ് ടെർമിനൽ കോംപ്ലക്സ് താവക്കര കണ്ണൂർ

CR - 1767 / 5671
ISBN - 978-81-26207-22-0

അംബേദ്കർ
ജീവിതം കൃതി ദർശനം

രാജേഷ് ചിറപ്പാട്

ചിന്ത പബ്ലിഷേഴ്സ്
തിരുവനന്തപുരം-695 035

രാജേഷ് ചിറപ്പാട്

നിരൂപകനും എഴുത്തുകാരനും

കണ്ണൂർ ജില്ലയിലെ ഇരിട്ടിയിൽ ജനനം. അമ്മ: പരേതയായ മേരി സി പി. അച്ഛൻ: ചാക്കോ. ആശാൻ മെമ്മോറിയൽ എൽ പി സ്കൂൾ മട്ടിണി, പെരിങ്കരി ഗവൺമെന്റ് യു പി എസ്, വെളിമാനം സെന്റ് സെബാസ്റ്റ്യൻ ഹൈസ്കൂൾ, മട്ടന്നൂർ പഴശ്ശിരാജ എൻ എസ് എസ് കോളേജ് എന്നിവിടങ്ങളിൽ വിദ്യാഭ്യാസം. തലശ്ശേരി കേരള സ്കൂൾ ഓഫ് ആർട്സിൽനിന്ന് ചിത്രകല അഭ്യസിച്ചു. *പകൽ, തിരുത്ത്* തുടങ്ങിയ സമാന്തരമാസികകൾ നടത്തി. കവിതാരചനയ്ക്ക് വിദ്യാഭ്യാസകാലത്ത് നിരവധി സമ്മാനങ്ങൾ നേടിയിട്ടുണ്ട്. കേരള ഭാഷാ ഇൻസ്റ്റിറ്റ്യൂട്ടിന്റെ യുവപരിഭാഷകർക്ക് നൽകുന്ന എം പി കുമാരൻ അവാർഡ് ലഭിച്ചു. ആനുകാലികങ്ങളിൽ നിരൂപണങ്ങൾ, ലേഖനങ്ങൾ എഴുതുന്നു. പ്രസിദ്ധീകരിച്ച കൃതികൾ: *മാംസനിബദ്ധം* (കവിതകൾ), *ദലിത് വർത്തമാനം* (എഡിറ്റർ), *അംബേദ്കർ: ജീവിതം കൃതി ദർശനം*, കുമാരനാശാൻ കവിതയും ജീവിതവും, *പുതുകാലം പുതുകവിതകൾ 2011 ലെ തെരഞ്ഞെടുത്ത കവിതകൾ* (എഡിറ്റർ), *പുതുകാലം പുതുകവിതകൾ 2012 ലെ തെരഞ്ഞെടുത്ത കവിതകൾ* (എഡിറ്റർ), *തകഴി വായനയും പുനർവായനയും* (എഡിറ്റർ), *സ്വത്വം വർഗം മൃദുഹിന്ദുത്വം*, യേശു: വിമോചകനും രക്തസാക്ഷിയും (എഡിറ്റർ രാജേഷ് കെ എരുമേലിക്കൊപ്പം), *കെ ഇ എൻ സംഭാഷണങ്ങൾ* (സമാഹരണം പി എസ് പൂഴനാടിനൊപ്പം), *എം എഫ് ഹുസൈൻ എന്ന ഇതിഹാസം* (സമാഹരണം പി പി സത്യനോടൊപ്പം), *മതമൗലികവാദവും ഇന്ത്യൻ മതേതരത്വവും* (പരിഭാഷ).

ഫോൺ : 8113904202

email : rajeshchirappadu@gmail.com

ഉള്ളടക്കം

ആമുഖം

ഇന്ത്യയിലെ അധഃസ്ഥിത ജനസമൂഹത്തെ സാംസ്കാരികമായും രാഷ്ട്രീയമായും ഉണർത്തിയ മഹാവിപ്ലവകാരിയായിരുന്നു ഡോ. ബി ആർ അംബേദ്കർ. അടിമാനുഭവത്തിന്റെ അപകർഷതയിൽനിന്ന് ആത്മാഭിമാനത്തിന്റെ അണയാത്ത പന്തമായി ഒരു ജനതയെ ജ്വലിപ്പിച്ചു നിർത്തിയ നവോത്ഥാന നായകൻ.

ആധുനിക ഇന്ത്യയെ വാർത്തെടുക്കുന്നതിൽ അദ്ദേഹം വഹിച്ച പങ്ക് ചെറുതല്ല. ഭരണഘടനാശിൽപ്പി, സ്വതന്ത്ര ഇന്ത്യയുടെ ആദ്യത്തെ നിയമമന്ത്രി എന്നതിനപ്പുറം അംബേദ്കർ എന്ന വ്യക്തിയെ, ജീവിതത്തെ, അദ്ദേഹത്തിന്റെ ദർശനങ്ങളെ അടുത്തറിയാൻ ആരും ശ്രമിച്ചതായി കാണുന്നില്ല.

ആരായിരുന്നു അംബേദ്കർ? ഇന്ത്യൻ ജനസമൂഹത്തിന് അദ്ദേഹം എന്താണ് നൽകിയത്? അദ്ദേഹത്തിൽനിന്ന് ഇന്ത്യൻ ജനത എന്താണ് സ്വീകരിച്ചത് തുടങ്ങിയ നിരവധി ചോദ്യങ്ങളിലൂടെയാണ് ജനാധിപത്യ/മതനിരപേക്ഷ ഇന്ത്യയുടെ ചരിത്രവും വർത്തമാനവും ഭാവിയിലേക്ക് വികസിക്കുന്നത്.

ലോകം കണ്ട എക്കാലത്തെയും വലിയ സോഷ്യൽ എഞ്ചിനീയറായിരുന്നു ഡോ. അംബേദ്കർ. ഡോ. ആനന്ദ് തെൽതുംദെ നിരീക്ഷിക്കുന്നതുപോലെ; "അംബേദ്കറുടെ ചിന്തയുടെയും പ്രവൃത്തികളുടെയും യഥാർഥ ദർശനം എല്ലാത്തരത്തിലുമുള്ള ചൂഷണങ്ങൾക്കുമെതിരായിരുന്നു."

ജാതിവ്യവസ്ഥയുടെ ജനിതകരോഗം ബാധിച്ച ഇന്ത്യൻ സമൂഹത്തിൽ മതനിരപേക്ഷതയുടെയും ജനാധിപത്യത്തിന്റെയും ആധുനികവും പരിഷ്കൃതവുമായ ഒരു ലോകം തുറന്നു തന്നതിൽ അംബേദ്കർ വഹിച്ച പങ്ക് മറ്റാരേക്കാൾ വലുതാണ്. സ്വജീവിതത്തെ സാമൂഹ്യവൽക്കരിക്കുകയായിരുന്നു അംബേദ്കർ. അതുകൊണ്ടുതന്നെ അദ്ദേഹത്തിന്റെ ജീവിതവും പോരാട്ടവും പരസ്പര പൂരകങ്ങളാണ്.

ഭാഗം ഒന്ന്

ജീവിതം

1

ബാല്യകാലം

ആയിരത്തി എണ്ണൂറ്റി തൊണ്ണൂറ്റിയൊന്ന് ഏപ്രിൽ 14–ന് മൗവ് (ഇപ്പോൾ മധ്യപ്രദേശ്) എന്ന സ്ഥലത്ത് റാംജി സക്പാലിന്റെയും ഭീമാ ഭായിയുടെയും പതിനാലാമത്തെ മകനായി അംബേദ്കർ ജനിച്ചു. യഥാർ ഥത്തിൽ അംബേദ്കറുടെ കുടുംബം കൊങ്കണത്തിലെ രത്നഗിരി ജില്ലയി ലായിരുന്നു (ഇപ്പോൾ മഹാരാഷ്ട്ര). ജാതിപരമായി മഹർ വിഭാഗക്കാർ. ബ്രിട്ടീഷുകാർ സംഘടിപ്പിച്ച മഹർ സേനാവിഭാഗത്തിലായിരുന്നു അംബേ ദ്കറിന്റെ പിതാവിന് ജോലി. കഠിനാധ്വാനിയും ധീരനുമായ അദ്ദേഹം പട്ടാളത്തിൽ സുബോദർപദവി വരെയെത്തി.

ഭക്തിപ്രസ്ഥാനവുമായി പ്രത്യേകിച്ച്, കബീർ പ്രസ്ഥാനവുമായി പിതാവ് റാംജിക്ക് അടുത്ത ബന്ധമുണ്ടായിരുന്നു. ഇന്ത്യയിൽ ബ്രാഹ്മ ണമേധാവിത്വത്തിനും ജാതിവ്യവസ്ഥയ്ക്കുമെതിരെയുള്ള നവോത്ഥാന മുന്നേറ്റങ്ങളിൽ ഭക്തിപ്രസ്ഥാനത്തിന്റെ പങ്ക് വലുതാണ്. അതുകൊണ്ടു തന്നെ ഒരു 'സനാതന ഹിന്ദു' പരിസരത്തുനിന്നും വ്യത്യസ്തമായ ഒരു കുടുംബ പശ്ചാത്തലമായിരുന്നു അംബേദ്കറുടേത് എന്നുപറയാം.

അംബേദ്കറിന്റെ 5–ാമത്തെ വയസിൽ 1896 ൽ മാതാവ് മരിച്ചു. അമ്മയുടെ സ്നേഹവും പരിചരണവും ഏറ്റവും ആവശ്യപ്പെടുന്നകാല ത്തുതന്നെയുള്ള മാതാവിന്റെ വിയോഗം ഒരു കുട്ടിയുടെ എല്ലാ അർഥ ത്തിലുമുള്ള വളർച്ചയെയും പ്രതികൂലമായി ബാധിക്കും. അമ്മയുടെ അഭാവത്തിൽ ഒരമ്മയുടെ എല്ലാ സ്നേഹവാത്സല്യങ്ങളും നൽകി അംബേദ്കർക്ക് ശക്തി പകർന്നത് മീരാബായി എന്ന അദ്ദേഹത്തിന്റെ അമ്മായിയായിരുന്നു.

അഞ്ചാമത്തെ വയസിൽ അംബേദ്കറെ ദപോളയിലുള്ള മറാത്തി സ്കൂളിൽ ചേർത്തു. ഭീമാ റാംജി അബേവഡേക്കർ എന്നായിരുന്നു സ്കൂൾരജിസ്റ്ററിൽ പേരുചേർത്തത്. ഇതിൽ 'ഭീമാ' എന്നത് അദ്ദേഹ

ത്തിന്റെ അമ്മായി മീരാബായി വിളിക്കുന്ന ഓമനപ്പേരായിരുന്നു. 'അംബേവാഡേ' എന്നത് അദ്ദേഹത്തിന്റെ പ്രപിതാമഹന്മാരുടെ ഗ്രാമപ്പേരായിരുന്നു.

1900 ൽ അംബേദ്കർ സത്താറയിലെ സർക്കാർസ്കൂളിലേക്ക് മാറുന്നുണ്ട്. ഇവിടെവച്ചാണ് അദ്ദേഹം അംബേദ്കർ എന്ന പേര് സ്വീകരിക്കുന്നത്. യഥാർഥത്തിൽ ഈ പേര് അദ്ദേഹത്തിന്റെ അധ്യാപകന്റേതായിരുന്നു. ജാതിയുടെയും മതത്തിന്റെയും സങ്കുചിതലോകത്തുനിന്ന് പുറത്തുകടന്ന ഒരു മനുഷ്യസ്നേഹി. അദ്ദേഹം മിക്കപ്പോഴും അംബേദ്കർക്ക് ഭക്ഷണം നൽകുമായിരുന്നു. തന്റെ വിദ്യാർഥിയുടെ പ്രതിഭയെ നേരത്തേ മനസിലാക്കിയിരുന്ന ഈ അധ്യാപകന്റെ അരുമശിഷ്യനായിരുന്നു അംബേദ്കർ. തന്റെ ഗുരുനാഥനോടുള്ള ആദരവിന്റെ പ്രതീകമായാണ് അംബേദ്കർ ഈ പേര് സ്വീകരിക്കുന്നത്.

ജാതിയുടെയും അസ്പൃശ്യതയുടെയും രോഗാതുരമായ ഒരു വ്യവസ്ഥ നിലനിന്ന ഒരു സമൂഹത്തിൽ കീഴാളജനതയ്ക്ക് വിദ്യാഭ്യാസം എന്നത് ഒരു സ്വപ്നംപോലുമായിരുന്നില്ല. ചാതുർവർണ്യത്തിനുമകലെ, മനുഷ്യരായിപ്പോലും പരിഗണിക്കപ്പെടാതെ ജീവിക്കുന്ന ഒരു വലിയ ജനവിഭാഗം. തങ്ങൾക്കുമേൽ കെട്ടിയേൽപ്പിക്കപ്പെട്ട ഹീനമായ തൊഴിലുകൾ പാരമ്പര്യമായി തുടരുക എന്നതിനപ്പുറം മറ്റൊരു പ്രതീക്ഷയും വച്ചുപുലർത്താനവകാശമില്ലാതിരുന്ന ജനത. ഈ ജനതയുടെ പ്രതിനിധിയായിരുന്നു അംബേദ്കർ. അതുകൊണ്ടുതന്നെ വിദ്യാഭ്യാസമെന്നത് അദ്ദേഹത്തിന് ഒഴുക്കിനെതിരെ നീന്താനുള്ള ഒരു ആയുധമായിരുന്നു. കുലത്തൊഴിലിൽനിന്നും സ്വയം വിടുതൽ നേടി ബ്രിട്ടീഷ് ഭരണത്തിൻകീഴിലുള്ള സൈനികജോലിയിലൂടെയാണ് അംബേദ്കറുടെ പിതാവും പിതാമഹനും അതിജീവിക്കാൻ ശ്രമിച്ചത്. ഭക്തിപ്രസ്ഥാന പാരമ്പര്യവുംമറ്റും ഇതിൽ നിർണായകപങ്ക് വഹിച്ചു. ഒരുപക്ഷേ, ഈയൊരു കുടുംബപശ്ചാത്തലമാകാം അംബേദ്കറെ വിദ്യാഭ്യാസപരിരത്തിലേക്ക് അടുപ്പിക്കുന്നത്.

അസ്പൃശ്യതയുടെ ഭൗതികവും ആത്മീയവുമായ പീഡനങ്ങളെ നേരിട്ടുകൊണ്ടാണ് അംബേദ്കറുടെ വിദ്യാഭ്യാസകാലഘട്ടം ആരംഭിക്കുന്നത്. സ്കൂളിൽനിന്നു തന്നെയാണ് അദ്ദേഹം അസ്പൃശ്യതയുടെ ഏറ്റവും ഭീകരമായ പാഠങ്ങൾ പഠിക്കുന്നതും. സഹപാഠികളിൽനിന്നും അധ്യാപകരിൽനിന്നും വിവേചനവും അവഗണനയും അംബേദ്കർ എന്ന വിദ്യാർഥി നേരിട്ടു. സഹപാഠികളോടൊപ്പം ഇരിക്കാനുള്ള സ്വാതന്ത്ര്യം പോലുമില്ലായിരുന്നു. ക്ലാസ്മുറിയുടെ ഒരു മൂലയിൽ ഒരു ചാക്കുകഷണം വിരിച്ച് അതിലിരുന്നാണ് ആ ബാലൻ പഠിച്ചത്. ആരും ആ ചാക്കുകഷണത്തിൽ തൊടാറുപോലുമില്ല. സ്കൂളിലെ പൊതുപൈപ്പിൽനിന്ന് വെള്ളമെടുക്കുക പോകട്ടെ, അതിൽ സ്പർശിക്കാൻപോലും സ്വാതന്ത്ര്യമുണ്ടായിരുന്നില്ല.

ജാതിയുടെ പേരിൽ; മനുഷ്യൻ എന്ന നിലയ്ക്കുള്ള ഒരു സാമൂഹ്യ

പരിഗണനയും ലഭിക്കാതെ നൂറ്റാണ്ടുകളായി വലിയൊരു ജനവിഭാഗം ഇവിടെ ജീവിച്ചിരുന്നു.

> അസ്വതന്ത്ര സാമൂഹ്യക്രമത്തിൽ അടിമകളനുഭവിക്കുന്ന അനുകൂലാവസ്ഥകൾ പോലും, സ്വതന്ത്ര സമൂഹത്തിലെ അസ്പൃശ്യർ അനുഭവിക്കുന്നില്ല. സംസ്കാരത്തിന്റെ ഉന്നതമായ കലാമേഖലകളിൽ അസ്പൃശ്യർക്ക് പ്രവേശനമില്ല. നാഗരികതയുടെ വാതിലുകൾ അവർക്കുമുമ്പിൽ അടഞ്ഞുകിടപ്പാണ്. 'വിധിക്കപ്പെട്ട' തൊഴിൽ യാതൊരു സുരക്ഷിതത്വവും അവർക്ക് നൽകുന്നില്ല. 'അവരുടെ ജീവിതം, അവരുടെ ആരോഗ്യം, ആർക്കും ഒരു പ്രശ്നമല്ല'

എന്ന് പിൽക്കാലത്ത് 'അടിമകളും അസ്പൃശ്യരും' എന്ന പ്രബന്ധത്തിൽ അംബേദ്കർ എഴുതുകയുണ്ടായി.

അസ്പൃശ്യതയുടെ സ്വാനുഭവത്തിന്റെ ഓർമ അംബേദ്കർ എഴുതിയിട്ടുണ്ട്. 1901ലായിരുന്നു അത്. പിതാവിന് സത്താറ ജില്ലയിലെ ഖത്താവ് താലൂക്കിൽ കൊറിഗോൺ എന്ന സ്ഥലത്തായിരുന്നു ജോലി. സത്താറയിൽ അമ്മായിയുടെ ശിക്ഷണത്തിൽ വളരുകയായിരുന്നു അംബേദ്കറും സഹോദരങ്ങളും. ഒരു മധ്യവേനലവധിക്ക് പിതാവിനെ കാണുന്നതിനായി അംബേദ്കറും ജ്യേഷ്ഠനും മുൻകൂട്ടി അറിയിച്ചതിനുശേഷം അദ്ദേഹം ജോലിചെയ്യുന്ന കൊറിഗണിലേക്ക് പോവുകയായിരുന്നു. ട്രെയിനിലായിരുന്നു യാത്ര. കൊറിഗണിന് ഏറ്റവുമടുത്ത മസൂർ സ്റ്റേഷനിൽ ഇറങ്ങി അവർ പിതാവിനെ കാത്തുനിൽക്കാൻ തുടങ്ങി. വൈകുന്നേരം 5 മണി സമയം. തങ്ങൾ പുറപ്പെടുന്ന വിവരം അറിയിച്ചുകൊണ്ടുള്ള കത്ത് യഥാസമയം ലഭിക്കാത്തതിനാൽ പിതാവ് ഈ വിവരം അറിഞ്ഞിരുന്നില്ല. സഹോദരന്മാർ കാത്തുനിൽപ്പ് തുടരുകയാണ്. ഒരുമണിക്കൂർ കഴിഞ്ഞപ്പോൾ സ്റ്റേഷൻ മാസ്റ്റർ വന്ന് കുട്ടികളോട് വിവരങ്ങൾ ചോദിച്ചറിഞ്ഞു. കുട്ടികൾ മോടിയിൽ വസ്ത്രം ധരിച്ചിരുന്നു. അവരുടെ വസ്ത്രത്തിൽനിന്നോ സംഭാഷണത്തിൽനിന്നോ അവർ അയിത്തവിഭാഗക്കാരായിരുന്നുവെന്ന് തിരിച്ചറിയാൻ കഴിയുമായിരുന്നില്ല. അതുകൊണ്ടുതന്നെ സ്റ്റേഷൻ മാസ്റ്റർ ഉയർന്ന ജാതിക്കാരായി അവരെ കണക്കാക്കി. ഹിന്ദുസമൂഹത്തിന്റെ ആചാരമനുസരിച്ച് അയാൾ കുട്ടികളുടെ ജാതി ചോദിച്ചു. അവർ മഹറാണെന്ന് മനസിലായതോടെ സ്റ്റേഷൻ മാസ്റ്റർ ഒരക്ഷരംപോലും ഉരിയാടാതെ തന്റെ മുറിക്കുള്ളിലേക്ക് ഒതുങ്ങി. നേരം ഇരുട്ടിത്തുടങ്ങി. ഒരു കാളവണ്ടി കിട്ടിയാൽ തങ്ങൾ എങ്ങനെയെങ്കിലും കൊറിഗണിലെത്താമെന്ന് കുട്ടികൾ സ്റ്റേഷൻ മാസ്റ്ററെ അറിയിച്ചു. അവിടെ യാത്രക്കാരെ കൊണ്ടുപോകുന്നതിനായി ധാരാളം കാളവണ്ടികൾ കിടപ്പുണ്ടായിരുന്നു. സ്റ്റേഷൻമാസ്റ്ററോട് തങ്ങൾ മഹർ ആണെന്ന് വെളിപ്പെടുത്തിയകാര്യം ഇതിനകം കാളവണ്ടിക്കാരും അറിഞ്ഞിരുന്നു. അതുകൊണ്ടുതന്നെ ആരും അയിത്തജാതിക്കാരായ ഈ കുട്ടികളെ

വണ്ടിയിൽ കയറ്റാൻ തയാറായില്ല. നിലവിലുള്ള കൂലിയുടെ ഇരട്ടി നൽകാമെന്ന് പറഞ്ഞിട്ടുപോലും ആരും ചെവിക്കൊണ്ടില്ല. അവരെ സംബന്ധിച്ച് പണത്തേക്കാൾ പ്രധാനമായിരുന്നു ജാതിയും അസ്പൃശ്യതയും.

അവസാനം വണ്ടി സ്വയം ഓടിച്ചുകൊള്ളാമെന്നും, ഇരട്ടി പണം നൽകാമെന്നുമുള്ള ഉറപ്പിന്മേൽ ഒരു വണ്ടി തരമായി. വണ്ടിക്കാരൻ വണ്ടിക്കൊപ്പം നടക്കുകയായിരുന്നു. യാത്ര ദുരിതപൂർണമായിരുന്നു. ഏറെ നേരത്തെ യാത്രയ്ക്കുശേഷവും കൊറിഗണിലെത്തുന്നില്ല. കുറ്റാക്കുറ്റിരുട്ട്. കുറച്ചകലത്തായി ഒരു വിളക്കിന്റെ പ്രകാശം കണ്ടു. വിശപ്പും ദാഹവും കുട്ടികളെ വല്ലാതെ ക്ഷീണിപ്പിച്ചു. വിളക്കിന്റെ പ്രകാശം കണ്ടിടത്തേക്ക് കുട്ടികൾ ചെന്നു. കൈവശമുള്ള ഭക്ഷണം കഴിക്കുന്നതിനായി വെള്ളം ആവശ്യപ്പെടുകയായിരുന്നു ലക്ഷ്യം. ഒരു മഹർ ആണെന്ന് പറഞ്ഞാൽ വെള്ളം കിട്ടില്ലെന്ന് അനുഭവത്തിൽനിന്ന് മനസിലാക്കിയ കുട്ടികൾ തങ്ങൾ മുസൽമാന്മാരാണെന്ന് പറഞ്ഞുനോക്കി. എന്നാൽ അതുകൊണ്ടും രക്ഷയുണ്ടായില്ല. ദളിതരേക്കാൾ ഒട്ടും പിന്നിലല്ല ഇന്ത്യയിൽ മുസ്ലിമിന്റെ അവസ്ഥയെന്ന് ഈ സംഭവം സ്വയം വെളിപ്പെടുത്തുകയായിരുന്നു.

വിശപ്പും ദാഹവും സഹിച്ച് ഒരു രാത്രി അവർ അവിടെ കഴിച്ചുകൂട്ടി. പിറ്റേന്നുരാവിലെ പതിനൊന്ന് മണിക്കാണ് അവർക്ക് പിതാവിന്റെ അടുത്തെത്താൻ കഴിഞ്ഞത്.

ഈ അനുഭവം അംബേദ്കറുടെ ജീവിതത്തിൽ അസ്പൃശ്യതയെ സംബന്ധിച്ച ഏറ്റവും വലിയ പാഠമായിരുന്നു. അംബേദ്കറുടെയും മറ്റ് സഹോദരന്മാരുടെയും മുടി മുറിച്ചിരുന്നത് മൂത്ത സഹോദരിയായിരുന്നു. കാരണം അയിത്തജാതിക്കാരുടെ മുടി മുറിക്കാൻ ആരും തയാറായിരുന്നില്ല. ജാതിയുടെ പേരിലുള്ള ഇത്തരം അവഗണനകളോട് പൊരുതിക്കൊണ്ടാണ് അംബേദ്കർ വിദ്യാഭ്യാസം തുടർന്നത്.

1904 ൽ അംബേദ്കറുടെ പിതാവ് റാംജിയെ ജോലിയിൽനിന്നും പിരിച്ചുവിട്ടു. ബോംബെയിലേക്ക് താമസം മാറ്റിയ റാംജിയും കുടുംബവും അവിടെ ലോവർ പരേലിലെ ഒറ്റമുറിയിലാണ് കഴിഞ്ഞിരുന്നത്. അംബേദ്കർ പരേലിലെ മറാത്ത ഹൈസ്കൂളിൽ ചേർന്നു.

തന്റെ ജീവിതാനുഭവങ്ങളുടെ കയ്പുനീർ അംബേദ്കർ എന്ന വിദ്യാർഥിയെ കൂടുതൽ കരുത്തനാക്കുകയാണ് ചെയ്തത്. പഠനത്തോടൊപ്പം വായനയുടെ വിശാലമായ ലോകത്തേക്ക് അദ്ദേഹം നടന്നുകയറി. മറാത്ത സ്കൂളിൽ വിദ്യാഭ്യാസ ആനുകൂല്യങ്ങൾ ഇല്ലാതിരുന്നതിനാൽ തുടർന്നുള്ള പഠനം എൽഫിസ്റ്റൺ ഹൈസ്കൂളിലായിരുന്നു.

ബോംബെ ഒരു വ്യവസായ നഗരമായി മാറിക്കൊണ്ടിരിക്കുന്ന കാലഘട്ടമായിരുന്നു അത്. അതുകൊണ്ട് സത്താറയിലെപ്പോലുള്ള അയിത്താനുഭവങ്ങൾ ഇവിടെ ഉണ്ടായിരുന്നില്ല; എങ്കിലും ജാതി വിദ്വേഷവും അയിത്തവും പലപ്പോഴും ഒളിഞ്ഞും തെളിഞ്ഞും പത്തിവിടർത്തി പുറത്തു വന്നിരുന്നു.

ഒരിക്കൽ ബ്ലാക്ക്ബോർഡിൽ എഴുതുവാൻ അധ്യാപകൻ അംബേദ്കറോട് ആവശ്യപ്പെട്ടപ്പോൾ സവർണജാതിയിലെ കുട്ടികളുടെ കൂട്ടനിലവിളി ഉയർന്നു. കാരണം, അവരുടെ ഭക്ഷണപ്പൊതികൾ വച്ചിരുന്നത് ബ്ലാക്ക്ബോർഡിന് സമീപമായിരുന്നു. അംബേദ്കറുടെ സാമീപ്യത്താൽ അത് അയിത്തമായിപ്പോകുമത്രേ...!

വേദേതിഹാസങ്ങൾ മനസിലാക്കാനുള്ള അദമ്യമായ മോഹം അംബേദ്കറിൽ സംസ്കൃതം പഠിക്കാനുള്ള താൽപ്പര്യമുണ്ടാക്കി. ശൂദ്രനുപോലും നിഷിദ്ധമായ സംസ്കൃതപഠനം / വേദപഠനം പുറജാതിക്കാരനായ (out caste) ഒരുവൻ പഠിക്കുകയോ...! *മനുസ്മൃതി*യുടെ പ്രയോക്താക്കളായ അധ്യാപകർ അതിനെ പ്രോത്സാഹിപ്പിക്കുകയില്ലെന്ന് പ്രത്യേകം പറയേണ്ടതില്ലല്ലോ.

1907ൽ അംബേദ്കർ മെട്രിക്കുലേഷൻ പാസായി. ജ്യോതിറാവു ഫൂലെയുടെ സത്യശോധക് പ്രസ്ഥാനം അംബേദ്കറെ അഭിനന്ദിച്ചു. മറാത്തി സാഹിത്യകാരനായ കൃഷ്ണറാവു അർജുൻ കെലുസ്കർ അദ്ദേഹത്തിന് ഒരു പുസ്തകം സമ്മാനിച്ചു. പിൽക്കാലത്ത് അംബേദ്കറുടെ ജീവിതത്തെ ഏറ്റവും സ്വാധീനിച്ച ഗ്രന്ഥമായിരുന്നു അത്. ശ്രീബുദ്ധനെക്കുറിച്ച് കെലുസ്കർ തന്നെ എഴുതിയ ഒരു പുസ്തകമായിരുന്നു അത്.

വിവാഹിതനാവുന്നു

ഇതിനിടയിൽ തന്റെ പതിനാലാമത്തെ വയസിൽ, ഒൻപതുവയസുള്ള രമാബായിയുമായി അംബേദ്കറുടെ വിവാഹം നടന്നു. തീർത്തും ആചാരമനുസരിച്ചുള്ള വിവാഹം.

മെട്രിക്കുലേഷൻ പാസായതിനുശേഷം ഉപരിപഠനത്തിനായി അംബേദ്കർ ബോംബെയിലെ എൽഫിൻസ്റ്റൺ കോളേജിൽ ചേർന്നു. ഇന്റർമീഡിയറ്റ് പാസായതിനുശേഷം കടുത്ത സാമ്പത്തിക ബുദ്ധിമുട്ട് തുടർവിദ്യാഭ്യാസത്തിന് പ്രതിസന്ധി സൃഷ്ടിച്ചു. അംബേദ്കറിന് പുസ്തകം സമ്മാനിച്ച കെലുസ്കറിന്റെ സഹായഹസ്തം അവിടെയുമെത്തി. അദ്ദേഹത്തിന്റെ ശുപാർശപ്രകാരം ബറോഡയിലെ പുരോഗമനവാദിയായ രാജാവ് തെയ്ജിറാവു ഗേക്ക് വാഡ് പ്രതിമാസം 25രൂപ സ്കോളർഷിപ്പ് നൽകി. എൽഫിസ്റ്റൺ കോളേജിലെ പ്രൊഫസർ മുള്ളർ അദ്ദേഹത്തിന് പുസ്തകങ്ങളും വസ്ത്രങ്ങളും നൽകി.

ജാതിമേധാവിത്വത്തിന്റെ കൈപ്പിടിയിൽനിന്ന് കാമ്പസും മുക്തമായിരുന്നില്ല. കോളേജ് ഹോസ്റ്റലിൽനിന്ന് അംബേദ്കർക്ക് ഭക്ഷണമോ കുടിവെള്ളമോ കിട്ടിയിരുന്നില്ല.

ഇതിനിടയിൽ അംബേദ്കറിന്റെ കുടുംബം പരേലിലെ വികസന അതോറിട്ടിയുടെ കെട്ടിടത്തിലേക്ക് താമസം മാറ്റി. അവിടെ രണ്ടുമുറി അവർക്ക് ലഭിച്ചു. അതിലൊന്ന് അംബേദ്കർ തന്റെ പഠനമുറിയായി ഉപയോഗിച്ചു.

അംബേദ്കർ കുടുംബാംഗങ്ങളോടൊപ്പം

1912 ൽ അദ്ദേഹം ബിരുദധാരിയായി.

1913 ൽ ബറോഡ സൈന്യത്തിലെ ഉയർന്ന ഉദ്യോഗസ്ഥനായി അംബേദ്കർ ജോലിയിൽ പ്രവേശിച്ചു. കേവലം പതിനഞ്ചുദിവസം മാത്രമേ അദ്ദേഹത്തിന് ജോലിയിൽ തുടരാൻ കഴിഞ്ഞുള്ളൂ.

യാഥാസ്ഥിതിക ഹിന്ദുമതവും അതിന്റെ ആചാരങ്ങളുമാണ് അവിടെയും അംബേദ്കറെ എതിരേറ്റത്. ദളിതനായ ഒരു മേലുദ്യോസ്ഥൻ എന്നത് ശിപായിമാർക്ക് സങ്കൽപ്പിക്കാൻപോലും കഴിഞ്ഞിരുന്നില്ല. ഫയലുകളും മറ്റും അവർ എറിഞ്ഞാണ് അദ്ദേഹത്തിന് കൊടുത്തിരുന്നത്. ചായയോ ദാഹജലമോ അവിടെനിന്ന് ലഭിച്ചിരുന്നില്ല. ഈ ജോലി സ്വീകരിക്കുന്നതിൽ അംബേദ്കറുടെ പിതാവിന് കടുത്ത എതിർപ്പുണ്ടായിരുന്നു. പിതാവിന്റെ ആരോഗ്യനില വഷളായിവരുന്ന സമയമായിരുന്നു അത്. പിതാവിന് അസുഖം മൂർച്ഛിച്ചിരിക്കുന്നു എന്ന ടെലഗ്രാം ജോലിസ്ഥലത്ത് ലഭിച്ചയുടൻതന്നെ അദ്ദേഹം ബോംബെയിലേക്ക് ട്രെയിൻ കയറി. യാത്രയ്ക്കിടയിൽ സൂറത്ത് സ്റ്റേഷനിൽ സാധനങ്ങൾ വാങ്ങാനായി ഇറങ്ങിയ അംബേദ്കറെ കൂടാതെ ട്രെയിൻ വിട്ടുപോയി. അതുകൊണ്ട് ഒരുദിവസം വൈകിയാണ് വീട്ടിലെത്തിയത്. പിതാവ് മരണശയ്യയിലായിരുന്നു. 1913 ഫെബ്രുവരി 2–ാം തീയതി സുബേദാർ റാംജി സക്പാൽ എന്ന അംബേദ്കറുടെ പിതാവ് തന്റെ മകന്റെ മടിയിൽ തലചായ്ച്ച് അന്ത്യശ്വാസം വലിച്ചു.

2

കൊളംബിയ സർവകലാശാലയിൽ

ബറോഡയിലെ ജോലി ഉപേക്ഷിച്ച അംബേദ്കർ ഉപരിപഠനത്തിനായുള്ള ശ്രമമാരംഭിച്ചു. ബറോഡ രാജാവിന്റെ സ്കോളർഷിപ്പോടെ 1913 ജൂലായിൽ അമേരിക്കയിലെ കൊളംബിയ സർവകലാശാലയിൽ ബിരുദാനന്തരപഠനത്തിന് ചേർന്നു.

കൊളംബിയ സർവകലാശാല അംബേദ്കറെ സംബന്ധിച്ച് വെറും പഠനകേന്ദ്രം മാത്രമായിരുന്നില്ല. ജാതി ഇന്ത്യയിലെ അടിമാനുഭവത്തിൽ നിന്നും, അസ്പൃശ്യതയിൽനിന്നുമുള്ള വ്യക്തിപരമായ മോചനംകൂടി ആയിരുന്നു. പ്രശസ്ത ധനശാസ്ത്രജ്ഞനായ പ്രൊഫ. സെലിഗ് മാനായിരുന്നു അംബേദ്കറിന്റെ അധ്യാപകൻ. അംബേദ്കറിന്റെ സ്ഥിരോത്സാഹവും കഠിനാധ്വാനവും ആ അധ്യാപകനെ വളരെയേറെ വിസ്മയിപ്പിച്ചു.

1915 ൽ അംബേദ്കർ എം എ ബിരുദം സമ്പാദിച്ചു. 'പ്രാചീനഭാരതത്തിലെ വാണിജ്യം' (Ancient Indian Commerce) എന്നതായിരുന്നു വിഷയം. അദ്ദേഹത്തിന്റെ വിജ്ഞാനത്വരയും പാണ്ഡിത്യവും ഏറെ പ്രശംസിക്കപ്പെട്ടു. 1916 ൽ നരവംശശാസ്ത്രകാരന്മാരുടെ ഒരു സെമിനാറിൽ പ്രബന്ധമവതരിപ്പിക്കാൻ അംബേദ്കർ ക്ഷണിക്കപ്പെട്ടു. 'ഇന്ത്യയിലെ ജാതികൾ: അതിന്റെ പ്രവർത്തനം, ഉത്ഭവം, വികാസം' (The castes in India - Their Mechanism, Genesis and Development) ഇതായിരുന്നു പ്രബന്ധവിഷയം.

ഇന്ത്യയിലെ ജാതിവ്യവസ്ഥയെ സംബന്ധിച്ച് ഇന്നോളമുണ്ടായിട്ടുള്ള ആധികാരിക പഠനങ്ങളിൽ ഏറ്റവും മികച്ചതായി പിൽക്കാലത്ത് പരിഗണിക്കപ്പെട്ടത് ഈ പ്രബന്ധമായിരുന്നു. അതിൽ അദ്ദേഹം പറയുന്നു:

> സമൂഹം രൂപപ്പെടുന്നത് വർഗങ്ങളെക്കൊണ്ടാണ്. എന്നാൽ ഒരു സമൂഹത്തിലെ നിശ്ചിത വർഗങ്ങളുടെ അസ്തിത്വം ഒരു യാഥാർ

കൊളംബിയ യൂണിവേഴ്സിറ്റി

ഥ്യമാണ്. അവയുടെ അടിസ്ഥാനം ഭിന്നമാകാം. അത് സാമ്പത്തികമോ ബുദ്ധിപരമോ സാമൂഹികമോ ആകാം. ഒരു സമൂഹത്തിലെ വ്യക്തി ഏതെങ്കിലും വർഗത്തിലെ അംഗമായിരിക്കും. സാർവദേശീയമായ ഒരു സത്യമാണിത്... വർഗവും ജാതിയും തൊട്ടടുത്ത അയൽക്കാരാണ്. അവയ്ക്കിടയിലെ അകലം ഒരുചാൺ മാത്രം. ഒരു ജാതി എന്നത് വലയിതമായ ഒരു വർഗമാണ്.

ജാതിയെ സംബന്ധിച്ച ഈ കാഴ്ചപ്പാടാണ് അംബേദ്കറെ മറ്റു ചിന്തകരിൽനിന്നും വ്യതിരിക്തനാക്കുന്നത്. സ്വയം ജാതിയായിത്തീരാൻ ആഗ്രഹിക്കുന്ന/ആഗ്രഹിക്കേണ്ടിവരുന്ന ഒരു വർഗം അത് നിലനിർത്തുന്നത് (ജാതി നിലനിർത്തുന്നത്) സ്വഗോത്ര വിവാഹത്തിലൂടെയാണ്. ഇങ്ങനെ ജാതിയെ നിലനിർത്തുകയും വികസിപ്പിക്കുകയും ചെയ്യുന്ന വിഭാഗങ്ങളെക്കുറിച്ചും അതിന്റെ പ്രയോഗപദ്ധതികളെക്കുറിച്ചും സാംസ്കാരിക യുക്തികളെക്കുറിച്ചും അംബേദ്കർ ഈ പ്രബന്ധത്തിൽ വിശകലനം ചെയ്യുന്നുണ്ട്.

1916 ൽത്തന്നെ *ഇന്ത്യയുടെ ദേശീയ ഓഹരിവിഹിതം: ചരിത്രപരവും അപഗ്രഥനാത്മകവുമായ പഠനം (National Divident for India: Historic and Analatical Study)* എന്ന ഗവേഷണപ്രബന്ധം അംബേദ്കറിന് ഡോക്ടറേറ്റ് നേടിക്കൊടുത്തു.*

---

* പിന്നീട് ഈ പ്രബന്ധം, *ബ്രിട്ടീഷ് ഇന്ത്യയിലെ നാട്ടുരാജ്യങ്ങളുടെ സമ്പദ് വ്യവസ്ഥയുടെ പരിണാമം (The evolution of provincial finance)* എന്നപേരിൽ പുസ്തകമാക്കപ്പെട്ടു. ഈ പ്രബന്ധം അംബേദ്കറെ ധനശാസ്ത്രജ്ഞന്മാരുടെ നിരയിലേക്കുയർത്തി.

ഇതേവർഷം തന്നെ (1916) അംബേദ്കർ അമേരിക്കയിൽനിന്ന് ലണ്ടനിലെത്തി. അവിടെ ധനതത്വശാസ്ത്രത്തിൽ ഗവേഷണം നടത്തുന്നതിനായി ലണ്ടൻ സ്കൂൾ ഓഫ് സയൻസിൽ വിദ്യാർഥിയായി ചേർന്നു. എന്നാൽ പഠനം പൂർത്തിയാക്കാനാവാതെ 1917 ജൂൺ27 ന് അദ്ദേഹത്തിന് ഇന്ത്യയിലേക്ക് മടങ്ങേണ്ടിവന്നു.

ഇന്ത്യയിലെത്തിയ അദ്ദേഹം അതേ വർഷംതന്നെ ബറോഡ രാജാവിന്റെ മിലിട്ടറി സെക്രട്ടറിയായി നിയമിക്കപ്പെട്ടു. ഉയർന്ന ഉദ്യോഗസ്ഥനായിരുന്നിട്ടും ജാതിയുടെ പേരിലുള്ള പീഡനത്തിൽ ഒട്ടും കുറവുവന്നില്ല. അസ്പൃശ്യനായ ഒരു മഹർ ബറോഡയിൽ ഉദ്യോഗസ്ഥനായി എത്തുന്ന വിവരം നാടെങ്ങും പരന്നു. അതുകൊണ്ട് ഒരു ഹോട്ടലിലോ സത്രത്തിലോ കിടക്കാനൊരിടം ലഭിച്ചില്ല. അവസാനം ഒരു പാഴ്സിയുടെ ലോഡ്ജിൽ വേഷപ്രച്ഛന്നനായാണ് താമസിച്ചത്. ഇവിടെയും ഓഫീസിലെ ജീവനക്കാർ ഫയലുകളും മറ്റും എറിഞ്ഞാണ് കൊടുത്തിരുന്നത്. കുടിവെള്ളം പോലും അവിടെനിന്ന് ലഭിച്ചില്ല.

ജാതി തിരിച്ചറിഞ്ഞതോടെ പാഴ്സി അംബേദ്കറെ മുറിയിൽനിന്നും പുറന്തള്ളി. കിടക്കാനൊരിടമോ, പൊതു ഇടങ്ങളിൽനിന്ന് ഭക്ഷണമോ ലഭിക്കാതെ ആ മഹാപ്രതിഭ വലഞ്ഞു. വിവരം രാജാവിനെ അറിയിച്ചെങ്കിലും ജാതിമേധാവിത്വത്തിന് മുന്നിൽ അദ്ദേഹവും നിസ്സഹായനായിരുന്നു.

അതേവർഷംതന്നെ (1917) അംബേദ്കർ മുംബൈക്ക് തിരിച്ചു. ജീവിതം വഴിമുട്ടി നിൽക്കുകയാണ്. അവിടെ ട്യൂഷനെടുക്കാനുള്ള സൗകര്യം ലഭിച്ചെങ്കിലും രണ്ടുവിദ്യാർഥികളാണ് പഠിക്കാനെത്തിയത്. അങ്ങനെയതും പരാജയപ്പെട്ടു.

പിന്നീട്, 1918-ൽ മുംബൈയിലെ സിഡൻഹാം കോളേജിൽ പൊളിറ്റിക്കൽ ഇക്കോണമി അധ്യാപകനായി ചേർന്നു. അംബേദ്കർ എന്ന അധ്യാപകന്റെ പാണ്ഡിത്യത്തിലും പ്രതിഭയിലും അവിടത്തെ വിദ്യാർഥികൾ അക്ഷരാർഥത്തിൽ അമ്പരന്നു. മറ്റ് കോളേജുകളിൽനിന്നുപോലും വിദ്യാർഥികൾ അംബേദ്കറുടെ ക്ലാസിലിരിക്കാൻ വന്നുതുടങ്ങി. എന്നാൽ സഹ അധ്യാപകരെ സംബന്ധിച്ചിടത്തോളം അദ്ദേഹം ഒരു അയിത്തജാതിക്കാരൻ മാത്രമായിരുന്നു. കൂജയിൽ കരുതിയിരുന്ന വെള്ളം കുടിച്ചതിന് ചില ഗുജറാത്തി പ്രൊഫസർമാർ എതിർപ്പ് പ്രകടിപ്പിച്ചത് അദ്ദേഹത്തെ വല്ലാതെ വേദനിപ്പിച്ചു.

ദളിത് സമൂഹത്തിന് പ്രത്യേക വോട്ടവകാശം

വോട്ടവകാശത്തെ സംബന്ധിച്ച് തെളിവെടുപ്പ് നടത്തുന്ന സൗത്ത് ബ്യൂറോ (South Bureau) കമ്മീഷന്റെ മുമ്പിൽ അംബേദ്കർ തെളിവു നൽകി. അത്, കീഴാള/ദളിത് ജനതയുടെ സാമൂഹികവും രാഷ്ട്രീയവുമായ അവകാശങ്ങളുടെ പ്രമാണരേഖയായിരുന്നു. ദളിത് സമൂഹത്തിന് പ്രത്യേക വോട്ടവകാശം (Seperate electorate) എന്നതായിരുന്നു അത്. പിന്നീട് മൗണ്ട് ഫോർഡ് പരിഷ്കാരങ്ങൾക്ക് കാരണമായത് 1919 ഫെബ്രുവരിയിൽ സമർപ്പിക്കപ്പെട്ട സൗത്ത് ബ്യൂറോ കമ്മീഷന്റെ ശുപാർശകളായിരുന്നു.

സാഹു മഹാരാജാവ്

ഇന്ത്യയിലെ അധഃസ്ഥിത സമൂഹത്തിന്റെ ശബ്ദം മുഴങ്ങിക്കേൾക്കുന്നതിനായി 1920 ജനുവരി 31–ന് *മൂക്നായിക്* എന്നപേരിൽ അംബേദ്കർ ഒരു പ്രസിദ്ധീകരണം തുടങ്ങി. "ഈ രാജ്യം അസമത്വത്തിന്റെ കൂടാരമായി. അറിവും അധികാരവും കൈക്കലാക്കാതെ അബ്രാഹ്മണർക്കോ, മർദിതവർഗങ്ങൾക്കോ യാതൊരു പുരോഗതിയും കൈവരിക്കാനാവില്ല" എന്ന് *മൂക്നായിക്* നിരീക്ഷിച്ചു.

കൊൽഹാപ്പൂരിലെ സാഹു മഹാരാജാവിന്റെ പ്രവർത്തനങ്ങൾ ദലിത് സമൂഹത്തിന്റെ ഉന്നമനം ലക്ഷ്യംവച്ചുള്ളതായിരുന്നു. പല പ്രതിസന്ധിഘട്ടങ്ങളിലും അദ്ദേഹം അംബേദ്കറെ സഹായിച്ചിട്ടുണ്ട്. സാഹു മഹാരാജാവ് *മൂക്നായിക്കിന്* ആയിരംരൂപ സംഭാവനചെയ്തു. ദലിതരുടെ ജീവിതത്തെക്കുറിച്ചാലോചിക്കാൻ രാജാവിന്റെ നേതൃത്വത്തിൽ നാഗപ്പൂരിലും (1918) കൊൽഹാപ്പൂരിലും (1920) രണ്ട് മഹാസമ്മേളനങ്ങൾ നടന്നിട്ടുണ്ട്. ഈ രണ്ട് സമ്മേളനങ്ങളിലും അംബേദ്കറിന്റെ സാന്നിധ്യം ശ്രദ്ധേയമായിരുന്നു. അദ്ദേഹത്തിന്റെ വാക്കുകൾ ഇന്ത്യയിലെ കീഴാളമുന്നേറ്റങ്ങൾക്ക് പുതിയ ദിശാബോധം നൽകാൻ പോന്നതായിരുന്നു.

വീണ്ടും ലണ്ടനിലേക്ക്

1920 ജൂലായ് 20ന് സാമ്പത്തികശാസ്ത്രപഠനം തുടരുന്നതിനായി അംബേദ്കർ ലണ്ടനിലേക്ക് കപ്പൽ കയറി. സെപ്തംബറിൽ ലണ്ടൻ സ്കൂൾ ഓഫ് ഇക്കണോമിക്സ് ആന്റ് പൊളിറ്റിക്കൽ സയൻസിൽ ചേർന്നു. അതോടൊപ്പം നിയമപഠനവും ആരംഭിച്ചു. സാഹു മഹാരാജാവ് അംബേദ്കറെയും അദ്ദേഹത്തിന്റെ കുടുംബത്തെയും ഇക്കാലയളവിൽ ഉദാരമായി സഹായിച്ചു.

ലണ്ടനിലെ ഈ വിദ്യാഭ്യാസകാലത്താണ് വായനയുടെ വലിയ ലോകത്തേക്ക് അദ്ദേഹം കടന്നുചെല്ലുന്നത്. ലണ്ടൻ യൂണിവേഴ്സിറ്റി ജനറൽ ലൈബ്രറി, ഗോൾഡ് സ്മിത്ത് ലൈബ്രറി ഓഫ് ഇക്കണോമിക്സ് ലിറ്ററേച്ചർ, കാൾ മാർക്സിനെപ്പോലുള്ള മഹാധിഷണശാലികൾ ഉറക്കമിളച്ച ബ്രിട്ടീഷ് മ്യൂസിയം, ഇന്ത്യ ഓഫീസ് ലൈബ്രറി എന്നിവിടങ്ങളിൽനിന്ന് അംബേദ്കർ തന്റെ വിജ്ഞാനത്തിന്റെ ദീപശിഖ കൊളുത്തി. അറിവിന്റെ സമൃദ്ധിയിൽ സാമ്പത്തികക്ലേശങ്ങളെ അദ്ദേഹം അവഗണിച്ചു. ഇതേസമയം, മുംബൈയിൽ അദ്ദേഹത്തിന്റെ ഭാര്യ രമാബായി സാമ്പത്തികപ്രയാസങ്ങളോട് മല്ലിടുകയായിരുന്നു.

എല്ലാവിധ പ്രയാസങ്ങളെയും നേരിട്ടുകൊണ്ട് 1921 ജൂണിൽ അംബേദ്കർ സാമ്പത്തികശാസ്ത്രത്തിൽ എം എസ് സി ബിരുദം നേടി. *ബ്രിട്ടീഷ് ഇന്ത്യയിലെ സാമ്രാജ്യത്വ സമ്പദ്വ്യവസ്ഥയുടെ പ്രാദേശിക വികേന്ദ്രീ*

ബ്രിട്ടീഷ് മ്യൂസിയം ലൈബ്രറിയിലെ റീഡിങ് റൂം

കരണം (*Provincial Decentralisation of imperial Finance in British India*) എന്ന പ്രബന്ധത്തിനായിരുന്നു ബിരുദം. പിറ്റേവർഷം ജർമനിയിലെ ബോൺ സർവകലാശാലയിൽ സാമ്പത്തികശാസ്ത്രത്തിൽ ഉപരിഗവേഷണം നടത്താൻ അദ്ദേഹത്തിന് കഴിഞ്ഞു. *രൂപയുടെ പ്രശ്നം* (*Problem of Rupee*) എന്ന പ്രബന്ധം അദ്ദേഹത്തിന് ഡി എസ് സി (DSC) ബിരുദം നേടിക്കൊടുത്തു.

മഹാനായ മാർക്സിനെപ്പോലെതന്നെ സാമ്പത്തികശാസ്ത്രം അംബേദ്കർക്ക് സമൂഹത്തെ ആഴത്തിലറിയാനുള്ള ഉപാധിയായിരുന്നു. അക്കാദമിക് താൽപ്പര്യം മാത്രമായിരുന്നില്ല ഇക്കാര്യത്തിൽ അദ്ദേഹത്തിനുണ്ടായിരുന്നതെന്നർഥം.

പ്രമുഖ ദളിത് ചിന്തകനും ആക്റ്റിവിസ്റ്റുമായ ആനന്ദ് തെൽതുംദെ നിരക്ഷീക്കുന്നു:

> അംബേദ്കറിനും മാർക്സിനും പൊതുവായി അനേകം തലങ്ങളുണ്ട്. ചൂഷണരഹിതമായ സമൂഹമായിരുന്നു രണ്ടുപേരുടെയും ലക്ഷ്യം. ധൈഷണികമായ സത്യസന്ധതയും, കഠിനാധ്വാനവും ആത്മാഭിമാനവും ഇരുവരുടെയും സ്വഭാവസവിശേഷതയായിരുന്നു. അവർക്ക് വായനയും പഠനവും ഒരഭിനിവേശമായിരുന്നു. സാമ്പത്തികശാസ്ത്രം ഇരുവർക്കും വെറുമൊരു അക്കാദമിക് വിഷയമായിരുന്നില്ല. സാമൂഹികവും രാഷ്ട്രീയവും സാംസ്കാരികവുമായ തിരിച്ചറിവുകളുടെ മുന്നുപാധിയായിരുന്നു. വിശപ്പിന്റെ വിരലടയാളങ്ങൾ പതിയാത്ത ഒരുപേജും അവരുടെ ജീവിതപുസ്തകത്തിലുണ്ടായിരുന്നില്ല.

3

സാമൂഹ്യജീവിതവും പോരാട്ടങ്ങളും

ആയിരത്തി തൊള്ളായിരത്തി ഇരുപത്തിമൂന്നിലാണ് അംബേദ്കർ തിരിച്ച് ബോംബെയിലെത്തുന്നത്. ഇതിനകം സയൻസിലും ഫിലോസഫിയിലും അദ്ദേഹം ഡോക്ടറേറ്റുകൾ നേടി. അതോടൊപ്പം ജർമനിയിലെ ബോൺ സർവകലാശാലയിൽനിന്ന് അഭിഭാഷക ബിരുദവും കരസ്ഥമാക്കി.

ബോംബെയിൽ തിരികെവന്ന അതേവർഷംതന്നെ അദ്ദേഹം സന്നതെടുത്തു. സാൽവർബതേന എന്ന സുഹൃത്താണ് അതിനായി സാമ്പത്തികസഹായം നൽകിയത്. അഭിഭാഷകവൃത്തിയിലും തിരസ്കാരത്തിന്റെ കയ്പുനീർ മാത്രമായിരുന്നു അദ്ദേഹത്തിന് ലഭിച്ചത്. പരേലിലെ ദാമോദർ ഹാളിൽ ഒരു ഓഫീസ് തുറക്കാൻ സഹായിച്ചത് ട്രേഡ് യൂണിയൻ നേതാവായ എൻ എം ജോഷിയായിരുന്നു. വക്കീൽപ്പണികൊണ്ട് ജീവിതം മുമ്പോട്ടുപോകാത്ത അവസ്ഥ. അതുകൊണ്ട് ബാറ്റ്ലി ബോയിയുടെ അക്കൗണ്ടൻസി ഇൻസ്റ്റിറ്റ്യൂട്ടിൽ പാർട്ടൈം അധ്യാപകനായി ജോലിനോക്കി. ബോംബെയിൽനിന്ന് വേരറ്റുപോകാതിരിക്കാൻ അദ്ദേഹത്തിന് നന്നായി പൊരുതേണ്ടിവന്നു.

1924 മെയ് 9 ന് അംബേദ്കർ, പരേലിലെ ദാമോദർ ഹാളിൽ അസ്പൃശ്യസമൂഹത്തിന്റെ പ്രശ്നം ചർച്ച ചെയ്യുന്നതിനായി ഒരു സമ്മേളനം വിളിച്ചുചേർത്തു. ഈ സമ്മേളനത്തിന്റെ തുടർച്ചയായി 1924 ജൂലായ് 20 ന് 'ബഹിഷ്കൃത് ഹിതകാരണി സഭ' എന്ന സംഘടന രൂപംകൊണ്ടു. സംഘടനയുടെ ചെയർമാൻ ഡോ. അംബേദ്കർ ആയിരുന്നു. പ്രസിഡന്റ് സർ ചിമൻലാൽ സെതൽവാദ്. ബി ജി ശേഖർ, കെ എഫ് നരിമാൻ, ഡോ. ആർ പി പരിഞ്ചിപ്പെ തുടങ്ങിയ പ്രമുഖരും സംഘടനാനേതൃത്വത്തിലുണ്ടായിരുന്നു.

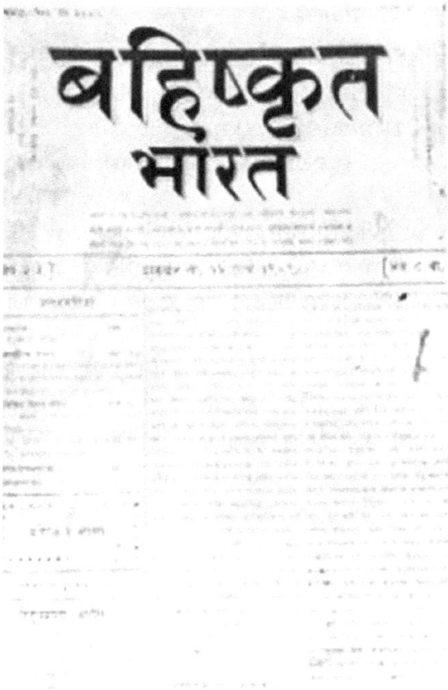
बहिष्कृत भारत

ബഹിഷ്കൃത് ഭാരത് ദിനപത്രം

അധഃസ്ഥിതർക്കിടയിൽ വിദ്യാഭ്യാസ പ്രചാരണം, അവരുടെ സാംസ്കാരികമായും സാമ്പത്തികമായുമുള്ള ഉന്നമനം, സാങ്കേതിക വിദ്യാഭ്യാസത്തിനുള്ള സൗകര്യങ്ങൾ ചെയ്തുകൊടുക്കൽ തുടങ്ങിയവയായിരുന്നു സംഘടനയുടെ പ്രവർത്തനങ്ങൾ.

മികച്ച സംഘാടകൻ എന്ന നിലയിൽ അംബേദ്കർ ഒരു മാതൃകാപുരുഷനായിരുന്നു. അർപ്പണബോധവും ആത്മവിശ്വാസവും കഠിനാധ്വാനവുമാണ് അദ്ദേഹത്തെ എക്കാലത്തും നേതൃനിരയിലേക്കുയർത്തിയത്. തന്റെ ജനത നൂറ്റാണ്ടുകളായി അനുഭവിക്കുന്ന അടിമത്തത്തെ ലോകശ്രദ്ധയിൽ കൊണ്ടുവരികയെന്ന തീക്ഷ്ണമായ ആഗ്രഹമാണ് അംബേദ്കറെ കർമനിരതനാക്കിയത്.

1927 ഏപ്രിൽ 3ന് *ബഹിഷ്കൃത് ഭാരത്* എന്നപേരിൽ അദ്ദേഹം ഒരു പത്രം തുടങ്ങി. ഇതിലൂടെ കീഴാള ജനതയെ ഒരു സാമൂഹിക/രാഷ്ട്രീയ ശക്തിയായി വളർത്തിയെടുക്കാൻ കഴിയുമെന്ന് അദ്ദേഹം കരുതി.

നിഷേധിക്കപ്പെട്ട മനുഷ്യാവകാശങ്ങൾക്കുവേണ്ടി ദളിത് ജനത സമരമാരംഭിച്ച കാലഘട്ടമായിരുന്നു അത്. പൊതുവഴിയിലൂടെ സഞ്ചരിക്കാനും പൊതുഇടങ്ങളിൽ സമ്മേളിക്കാനുമുള്ള നിയമനിർമാണം രൂപപ്പെട്ടുവരുന്ന കാലം. കൊളോബോ ജില്ലയിലെ മഹഡിലെ പൊതുക്കുളത്തിൽനിന്ന് വെള്ളമെടുക്കാൻ അസ്പൃശ്യജനത മുന്നോട്ടുവന്നത് ഇക്കാലത്തായിരുന്നു.

1925 ജനുവരി 4ന് ബഹിഷ്കൃത് ഹിതകാരിണിസഭയുടെ നേതൃത്വത്തിൽ കൊൽഹാപ്പൂരിൽ ദളിത് വിദ്യാർഥികൾക്കായി ഒരു ഹോസ്റ്റൽ ആരംഭിച്ചു. അംബേദ്കറുടെ ഈ പ്രവർത്തനങ്ങൾക്കൊന്നും വേണ്ടവിധത്തിലുള്ള പിന്തുണ ലഭിച്ചിരുന്നില്ല. പത്രമാധ്യമങ്ങളൊന്നുംതന്നെ അംബേദ്കറെയോ അദ്ദേഹത്തിന്റെ പ്രവർത്തനങ്ങളെയോ കണ്ടഭാവം നടിച്ചില്ല.

മഹദ്കലാപവും *മനുസ്മൃതി* കത്തിക്കലും

കാലാകാലങ്ങളായി ഉറങ്ങിക്കിടക്കുന്ന തന്റെ ജനതയെ തട്ടിയുണർത്തി സ്വാതന്ത്ര്യത്തിന്റെ പുതിയ ചക്രവാളം കാണിച്ചു കൊടുക്കുക, തങ്ങൾക്കു നേരെയുള്ള കടന്നാക്രമണങ്ങളെ ചെറുക്കുവാൻ അവർക്ക് കരുത്തും ആത്മവിശ്വാസവും നൽകുക ഇതൊക്കെയായിരുന്നു അംബേദ്കറുടെ പ്രവർത്തനലക്ഷ്യം.

1927ൽ അദ്ദേഹം 'ബോംബെ ലെജിസ്ലേറ്റീവ് കൗൺസിലിലേക്ക് തിരഞ്ഞെടുക്കപ്പെട്ടു. അതേ വർഷം തന്നെയാണ് അംബേദ്കറിന്റെ നേതൃത്വത്തിൽ അസ്പൃശ്യജനത ചൗദാർക്കുളത്തിൽനിന്ന് വെള്ളമെടുത്തുകൊണ്ട് അവകാശ സ്ഥാപനം നടത്തുന്നത്. പതിനായിരക്കണക്കിന് ദളിത് ജനതയാണ് ഈ സമരത്തിൽ പങ്കെടുത്തത്. സവർണജാതിക്കാരുടെ ജാതിഭ്രാന്ത് ഈ സമരത്തിനുനേർക്ക് അക്രമാസക്തമായി. അവർ കൈയിൽകിട്ടിയ ആയുധങ്ങളുമായി ദളിതരെ ആക്രമിച്ചു. മഹദ് കലാപമെന്ന് ചരിത്രം രേഖപ്പെടുത്തിയ ഈ സംഭവം സവർണഹിന്ദുത്വത്തിന്റെ അസഹിഷ്ണുതയുടെയും, ക്രൂരതയുടെയും മറയില്ലാത്ത പ്രയോഗമായിരുന്നു.

അധഃസ്ഥിത വർഗത്തിനു നേർക്കുള്ള ശത്രുതയുടെ ദംഷ്ട്രകൾ കൂടുതൽ ആഴ്ത്തപ്പെടുവാൻ ഈ സംഭവം കാരണമായി. ഇതിന്റെ പേരിൽ കുടിയൊഴിപ്പിക്കലും കള്ളക്കേസുകളും ജയിൽവാസവും അധഃസ്ഥിതജനത അനുഭവിച്ചു. എങ്കിലും നൂറ്റാണ്ടുകളായി നിശ്ശബ്ദം സഹിച്ചുപോരുന്ന അടിമാനുഭവത്തിനും അന്യവൽക്കരണത്തിനുമെതിരായ പ്രതിഷേധ പ്രയോഗമായി മാറിയ 'മഹദ് കലാപം' അവർക്ക് പുതിയ ദിശാബോധവും ആത്മവിശ്വാസവും നൽകി. തങ്ങളുടെ പ്രിയപ്പെട്ട നേതാവായി അംബേദ്കറെ കീഴാളസമൂഹം ഒന്നായി നെഞ്ചേറ്റുകയായിരുന്നു.

1927 ഡിസംബർ 25ന് ഇന്ത്യാചരിത്രത്തിലെ ഏറ്റവും ധീരമായ ഒരു സമരം അംബേദ്കറുടെ നേതൃത്വത്തിൽ നടന്നു. ബ്രാഹ്മണ ഹിന്ദുമതത്തെ ആശയപരമായും പ്രായോഗികമായും സമൂഹത്തിൽ മേധാവിത്വപരമായി ഉറപ്പിച്ചു നിർത്തുന്ന *മനുസ്മൃതി* എന്ന ഗ്രന്ഥത്തെ പരസ്യമായി അഗ്നിക്കിരയാക്കിയ സംഭവമായിരുന്നു അത്.

"അയിത്തത്തിനെതിരെയുള്ള പോരാട്ടത്തിൽ ജീവൻപോലും കളയാൻ തയാറാകുന്ന ധീരന്മാരെയാണ് നമ്മുടെ സമൂഹത്തിനാവശ്യമെന്ന് അംബേദ്കർ ഉദ്ബോധിപ്പിച്ചു. *മനുസ്മൃതി* കത്തിക്കലിന്റെ പിറ്റേന്ന് (1927 ഡിസംബർ 26ന്) വിളിച്ചുചേർത്ത യോഗത്തിൽ അംബേദ്കർ സ്ത്രീകളെ അഭിസംബോധന ചെയ്തുകൊണ്ട് ഇങ്ങനെ പറഞ്ഞു:

> നിങ്ങൾ അസ്പൃശ്യരാണെന്ന ചിന്ത പാടില്ല. വൃത്തിയും വെടിപ്പും ശീലമാക്കുക. മറ്റു സമൂഹത്തെപ്പോലെ വസ്ത്രവും ആഭരണങ്ങളും ധരിക്കുക. മദ്യപനായ ഭർത്താവിന് ആഹാരംപോലും കൊടുക്കരുത്. കുട്ടികളുടെ വിദ്യാഭ്യാസത്തിൽ നന്നായി ശ്രദ്ധിക്കുക.

അറിവും വിദ്യാഭ്യാസവും ബ്രാഹ്മണന്റെ കുത്തകയാണെന്ന 'സനാതന' പൊതുബോധത്തെ പൊളിച്ചുകൊണ്ട് അസ്പൃശ്യജനത; വിദ്യാഭ്യാസത്തിലൂടെ ആത്മാഭിമാനവും, സാമൂഹിക സമത്വവും എത്തിപ്പിടിക്കുക. ഈ ലക്ഷ്യബോധമായിരുന്നു അംബേദ്കറെ മുന്നോട്ടുനയിച്ചത്.

ആർ ബി മോറെയും ബി ആർ അംബേദ്കറും

സാമൂഹ്യനീതിക്കു വേണ്ടിയുള്ള പോരാട്ടചരിത്രത്തിൽ ജ്വലിക്കുന്ന അധ്യായം തുന്നിച്ചേർത്ത സംഭവമായിരുന്നു മഹദ് കലാപവും *മനുസ്മൃതി* കത്തിക്കലും. ഈ സമരത്തിന് നേതൃത്വം കൊടുത്തവരിൽ പ്രധാനിയായിരുന്നു ആർ ബി മോറെ എന്ന രാമചന്ദ്ര ബാനർജി. അംബേദ്കറുടെ വിശ്വസ്തനായ സുഹൃത്തും സഹപ്രവർത്തകനുമായിരുന്നു അദ്ദേഹം. 1930ൽ മോറെ കമ്യൂണിസ്റ്റ് പാർട്ടിയിൽ ചേർന്നു. മരിക്കുന്നതുവരെ അദ്ദേഹം കമ്യൂണിസ്റ്റ് പ്രസ്ഥാനത്തോടൊപ്പം തന്നെയായിരുന്നു. അതോടൊപ്പം മോറെ അംബേദ്കറുമായുള്ള സൗഹൃദവും സഹവർത്തിത്വവും തുടരുകയും ചെയ്തു.

ആർ ബി മോറെ

ദളിത് വിഭാഗത്തിൽപ്പെട്ട ഈ കമ്യൂണിസ്റ്റ് നേതാവിന് അംബേദ്കറുമായുള്ള ബന്ധം കേവലം വ്യക്തിപരം മാത്രമായിരുന്നില്ല. ചൂഷണത്തിന്റെയും അടിച്ചമർത്തലിന്റെയും ഒരേ വേദനകൾ നൽകിയ രാഷ്ട്രീയബോധ്യം തന്നെയായിരുന്നു അത്. കമ്യൂണിസ്റ്റ് പാർട്ടിയുടെ പ്രവർത്തനങ്ങൾക്ക് പൂരകമായിട്ടായിരുന്നു മോറെ അംബേദ്കറുടെ പ്രവർത്തനങ്ങളെ കണ്ടിരുന്നത്. സി ഭാസ്കരൻ എഴുതുന്നു:

> അംബേദ്കറെ ഓർക്കുമ്പോൾ മോറെയും മോറെയെ ഓർക്കുമ്പോൾ അംബേദ്കറും ആരുടെ സ്മരണയിലും ഓടിയെത്തും... കമ്യൂണിസ്റ്റുപാർട്ടിയിൽ ചേർന്നതിനു ശേഷവും മോറെയും ബാബാ സാഹിബ് അംബേദ്കറും തമ്മിലുള്ള പരസ്പര ബഹുമാനത്തിന് ഒരു കുറവും സംഭവിച്ചിട്ടില്ല. അംബേദ്കറുടെ സമരങ്ങളെക്കുറിച്ച് മോറെയ്ക്ക് നല്ല മതിപ്പായിരുന്നു.

അംബേദ്കറുടെ *ബഹിഷ്കൃത് ഭാരത്* എന്ന പ്രസിദ്ധീകരണത്തിന്റെ മുഖ്യ ചുമതലക്കാരൻ ആർ ബി മോറെയായിരുന്നു. മഹദ് സമരവുമായി ബന്ധപ്പെട്ട രണ്ട് കൺവെൻഷനുകളും വിളിച്ചുചേർത്തതിനു പിന്നിൽ മോറെയുടെ ശക്തമായ കൈകളുണ്ടായിരുന്നു.

4

വട്ടമേശ സമ്മേളനങ്ങൾ

ആയിരത്തി തൊള്ളായിരത്തി ഇരുപത്തിയെട്ട ഫെബ്രുവരി ൩-ാം തീയതിയാണ് സൈമൺ കമീഷൻ ഇന്ത്യയിലെത്തുന്നത്. കമീഷനു മുമ്പിൽ തെളിവുനൽകാൻ അംബേദ്കർ ക്ഷണിക്കപ്പെട്ടു. ഇന്ത്യക്കാർക്ക് പ്രാതിനിധ്യമില്ലാത്ത ഈ കമീഷനെതിരെ 'സൈമൺ കമീഷൻ ഗോ ബാക്ക്' എന്ന മുദ്രാവാക്യവുമായി ഇന്ത്യൻ നാഷണൽ കോൺഗ്രസ് സമരരംഗത്തിറങ്ങി. അംബേദ്കർ കമീഷനുമായി സഹകരിച്ചത് ഏറെ വിവാദമുയർത്തിവിട്ടു. 'ബ്രിട്ടീഷ് ചാരൻ', 'ബ്രിട്ടീഷുകാരുടെ ചെരുപ്പു നക്കി' തുടങ്ങി നിരവധി ആരോപണങ്ങൾ അദ്ദേഹത്തിനുമേൽ ചാർത്തപ്പെട്ടു. പക്ഷേ, താനുൾപ്പെടുന്ന ഇന്ത്യയിലെ അധഃസ്ഥിതജനതയുടെ ഏതർഥത്തിലുമുള്ള പുരോഗതി മാത്രം മുന്നിൽക്കണ്ടുകൊണ്ട് പ്രവർത്തിക്കുന്ന അംബേദ്കർ ഇത്തരം ആരോപണങ്ങൾക്കു മുമ്പിൽ പതറിയില്ല. കാരണം രാഷ്ട്രീയ സ്വാതന്ത്ര്യത്തോടൊപ്പം ഒരു ജനതയുടെ സാമൂഹിക ജനാധിപത്യാവകാശങ്ങൾക്കുവേണ്ടി കൂടിയാണ് അദ്ദേഹം നിലകൊണ്ടിരുന്നത്.

കീഴാളജനത ഈ അവകാശങ്ങൾ എത്തിപ്പിടിക്കണമെങ്കിൽ വിദ്യാഭ്യാസം നേടിയേ മതിയാകൂ എന്ന് മറ്റാരെക്കാളും അദ്ദേഹത്തിനറിയാമായിരുന്നു. 1928ൽ ഡിപ്രസ്ഡ് ക്ലാസസ് എഡ്യൂക്കേഷണൽ സൊസൈറ്റി രൂപീകരിച്ചത് ഈ ലക്ഷ്യത്തോടെയായിരുന്നു. അതിന്റെ കീഴിൽ വിദ്യാർഥികൾക്കായി ഹോസ്റ്റലുകൾ ആരംഭിച്ചു. അസ്പൃശ്യതയുടെ പേരിൽ സ്കൂൾ വിദ്യാഭ്യാസം തടയുന്ന പ്രവണതകൾക്കെതിരെ അംബേദ്കർ നിരന്തരം സമരം ചെയ്തുകൊണ്ടിരുന്നു.

വിദ്യാഭ്യാസം ആത്മാഭിമാനവും ആത്മവിശ്വാസവും ഉണർത്തുമെന്ന് തന്റെ സ്വാനുഭവത്തിൽനിന്നുതന്നെ അദ്ദേഹം തിരിച്ചറിഞ്ഞിരുന്നു.

“ആത്മാഭിമാനമില്ലാത്ത ജീവിതം അപമാനകരമാണ്. ജീവിതത്തിന്റെ കാതൽ ആത്മാഭിമാനമാണ്. കഠിനാധ്വാനത്തിലൂടെ മാത്രമേ അംഗീകാരവും ശക്തിയും ആത്മവിശ്വാസവും നേടാനാകൂ.” എന്ന് 1929ൽ രത്നഗിരിയിൽ നടന്ന ഒരു യോഗത്തിൽ അദ്ദേഹം പ്രസംഗിക്കുകയുണ്ടായി.

വ്യക്തിയുടെ ആത്മാഭിമാനം ഒരു സമൂഹത്തിന്റെ അന്തസ്സുയർത്തുമെന്നും, വ്യക്തിയും സമൂഹവും തമ്മിലുള്ള വൈരുധ്യാധിഷ്ഠിത ബന്ധത്തിലൂടെയേ സാമൂഹ്യപുരോഗതി കൈവരിക്കാനാവൂ എന്നും അംബേദ്കർക്കറിയാമായിരുന്നു.

വട്ടമേശ സമ്മേളനം

1930ൽ നടന്ന ഒന്നാം വട്ടമേശ സമ്മേളനത്തിൽ അംബേദ്കറുടെ സാന്നിധ്യം ശ്രദ്ധേയമായിരുന്നു. കാരണം ഈ സമ്മേളനത്തെ ഇന്ത്യൻ നാഷണൽ കോൺഗ്രസ് ബഹിഷ്കരിച്ചിരുന്നു. ഇന്ത്യൻ ജനതയ്ക്ക് ഒരൊറ്റ സ്വയംഭരണസമൂഹമായി തീരാൻ കഴിയുമെന്ന വിശ്വാസം 1930

ഒന്നാം വട്ടമേശ സമ്മേളനം

ആഗസ്ത് 8ാം തീയതി നാഗ്പ്പൂരിൽ ചെയ്ത പ്രസംഗത്തിൽ അദ്ദേഹം പ്രകടിപ്പിക്കുന്നുണ്ട്. ഒരു വർഗം മറ്റൊരു വർഗത്തെ അടിച്ചമർത്തുന്നത് അന്യായമാണെന്നും അത് അവസാനിപ്പിച്ചുകൊണ്ട് ഒരു സ്വതന്ത്ര ഭരണഘടനയാണ് ഇന്ത്യക്കാവശ്യമെന്നും ഈ സമ്മേളനത്തിൽ അദ്ദേഹം പറയുകയുണ്ടായി. രാഷ്ട്രീയാധികാരമാണ് പരമ പ്രധാനം. ബ്രിട്ടീഷുകാർ അധികാരത്തിൽ തുടരുന്ന കാലത്തോളം ഇന്ത്യയുടെ വിഷമതകൾ അവസാനിക്കില്ലെന്ന് നാഗ്പ്പൂർ സമ്മേളനത്തിൽവച്ച് അദ്ദേഹം അഭിപ്രായപ്പെട്ടു.

ഈ നിലപാടിൽ നിന്നുകൊണ്ടാണ് അംബേദ്കർ ഒന്നാം വട്ടമേശ സമ്മേളനത്തിൽ പങ്കെടുക്കുന്നത്. 1930 നവംബർ 12ന് സമ്മേളനം ആരംഭിച്ചു. ബ്രിട്ടീഷ് ചക്രവർത്തിയായിരുന്നു ഉദ്ഘാടകൻ. അധ്യക്ഷൻ: ബ്രിട്ടീഷ് പ്രധാനമന്ത്രി മാക് ഡൊണാൾഡ്. പണ്ഡിതന്മാരും സാഹിത്യകാരന്മാരും ഭരണകർത്താക്കളുമടങ്ങുന്ന പ്രതിഭാശാലികളായിരുന്നു സമ്മേളനത്തിൽ പങ്കെടുത്തത്. എന്നാൽ അംബേദ്കറെപ്പോലെ ഉയർന്ന അക്കാദമിക് യോഗ്യതയുള്ള ആരുംതന്നെ അവിടെയുണ്ടായിരുന്നില്ല.

അംബേദ്കറുടെ ശബ്ദം സമ്മേളനത്തിൽ മുഴങ്ങിക്കേട്ടു. ഇന്ത്യയിലെ അടിച്ചമർത്തപ്പെട്ട ജനതയുടെ ശബ്ദമായിരുന്നു അത്.

ഇംഗ്ലണ്ടിന്റെയും ഫ്രാൻസിന്റെയും ആകെ ജനസംഖ്യയേക്കാൾ കൂടുതലും, ബ്രിട്ടീഷ് ഇന്ത്യയിലെ ജനസംഖ്യയിൽ അഞ്ചിലൊന്ന് വരുന്ന അടിമകളേക്കാൾ അടിച്ചമർത്തപ്പെട്ട ജനവിഭാഗത്തിന്റെ അഭിപ്രായമാണ് താൻ പ്രകടിപ്പിക്കുന്നതെന്ന സൂചനയോടെയാണ് അംബേദ്കർ തന്റെ പ്രഭാഷണം ആരംഭിച്ചത്.

ജനങ്ങളുടേതായ, ജനങ്ങൾക്കുവേണ്ടി, ജനങ്ങൾ ഭരിക്കുന്ന ഒരു ഗവൺമെന്റാണ് അസ്പൃശ്യജനതയ്ക്കാവശ്യമെന്ന് അദ്ദേഹം പ്രഖ്യാപിച്ചു. നാടുവാഴിത്തത്തിന്റെയും സാമ്രാജ്യത്വ മേൽക്കോയ്മയുടെയും അധീശശക്തികൾക്ക് മുമ്പിൽ ആധുനിക ജനാധിപത്യത്തിനുവേണ്ടി കീഴാള സമൂഹത്തിൽ നിന്നുയർന്ന നിർഭയമായ സ്വരം...

അദ്ദേഹം തുടർന്നു:

> ഞങ്ങളുടെ ഇന്നത്തെ സ്ഥിതിയും ബ്രിട്ടീഷുകാർ എത്തുന്നതിന് മുമ്പ് ഇന്ത്യൻ സമൂഹത്തിലുണ്ടായിരുന്ന സ്ഥിതിയും തമ്മിൽ വലിയ വ്യത്യാസമൊന്നുമില്ല... അയിത്തത്തെ നീക്കംചെയ്യാൻ ബ്രിട്ടീഷുകാർ എന്തെങ്കിലും ചെയ്തിരുന്നോ? ബ്രിട്ടീഷുകാർ വരുന്നതിന് മുമ്പ് ഞങ്ങൾക്ക് പൊതുകിണറ്റിൽനിന്ന് വെള്ളമെടുക്കാൻ സ്വാതന്ത്ര്യമില്ലായിരുന്നു. അതിനുള്ള അവകാശം ബ്രിട്ടീഷ് ഗവൺമെന്റ് ഞങ്ങൾക്കു നേടിത്തന്നോ?... ഇത്തരം ഒരു ഗവൺമെന്റ് ആർക്ക്, എന്തു ഗുണമാണ് നൽകിയത്?

സമ്മേളനം സ്തബ്ധരായി കേട്ടിരിക്കുകയാണ്. സൂചിമുനയാൽപ്പോലും ഭേദിക്കപ്പെടാത്ത മൗനത്തിന്റെ അഗാധമായ മുഴക്കം മാത്രം. അംബേദ്കർ തുടർന്നു:

> തൊഴിലാളികൾക്ക് ജീവിക്കാനാവശ്യമായ കൂലി കൊടുക്കാത്ത, അവർക്ക് അന്തസായ തൊഴിൽ സാഹചര്യങ്ങൾ നിഷേധിക്കുന്ന, മുതലാളിമാരാണ് ഇന്ത്യയിലുള്ളതെന്ന് ഗവൺമെന്റിനറിയാമായിരുന്നു. ഭൂസ്വാമിമാർ ബഹുജനങ്ങളെ നിരന്തരം ഞെക്കിപ്പിഴിയുകയാണെന്നും ഗവൺമെന്റിനറിയാമായിരുന്നു. നൂറ്റാണ്ടുകളായി തുടർന്നുപോരുന്ന അധഃസ്ഥിത ജനതയുടെ ജീവിതത്തെ തുലച്ചു

കളയുന്ന സാമൂഹ്യതിന്മയെ നീക്കം ചെയ്യാനും ഗവൺമെന്റ് ഒന്നും ചെയ്തില്ല. അതുകൊണ്ട് നീതിക്ക് നിരക്കുന്നതും കാലത്തിന് അനുയോജ്യവുമായ ഭേദഗതികൾ ജീവിതത്തിന്റെ സാമൂഹിക–സാമ്പത്തിക മേഖലകളിൽ വരുത്താൻ കഴിയുന്ന, ജനങ്ങൾ അധികാരത്തിലിരിക്കുന്ന ഒരു ഗവൺമെന്റാണ് ഞങ്ങൾക്കാവശ്യം.

ഇത് ഇന്ത്യയിലെ സ്വാതന്ത്ര്യ ദാഹികളുടെയും പുരോഗമന ജനാധിപത്യ ശക്തികളുടേയും ശബ്ദമായിരുന്നു. അംബേദ്കറുടെ പ്രസംഗത്തിലെ നിർഭയത്വവും, ധൈഷണിക മേന്മയും വിമർശനത്തിലെ സത്യസന്ധതയും സമ്മേളനത്തിൽ വലിയ ഫലങ്ങളുണ്ടാക്കി. *ദി ഇന്ത്യൻ ഡെയ്ലി മെയിൽ* എന്ന പത്രം അദ്ദേഹത്തിന്റെ പ്രസംഗത്തെ അനുമോദിക്കുകയുണ്ടായി.

അംബേദ്കറുടെ സ്വാതന്ത്ര്യവാഞ്ഛയും ദേശീയബോധവും കൂടുതൽ പ്രകടമായത് ഈ പ്രസംഗത്തോടെയായിരുന്നു. ഇതോടെ ഇന്ത്യയിലെ വിപ്ലവകാരിയായ നേതാക്കളിൽ ഒരാളായി അംബേദ്കറും പരിഗണിക്കപ്പെടാൻ തുടങ്ങി.

ഈ സമയത്തുതന്നെയാണ് അംബേദ്കറുടെ നിർദേശപ്രകാരം *ജനത* എന്നപേരിൽ ഒരു ദ്വൈവാരിക ആരംഭിക്കുന്നത്. 1931 ജനുവരി 19 ന് വട്ടമേശസമ്മേളനം പിരിഞ്ഞപ്പോൾ അധഃസ്ഥിതരുടെ പ്രശ്നങ്ങൾ വിവിധ മേഖലകളിൽ ചർച്ചാവിഷയമാകാൻ തുടങ്ങി. ഈ സമ്മേളനം ദൂരവ്യാപകമായ നിരവധി ഫലങ്ങൾ ഉളവാക്കാൻ പോന്നതായിരുന്നു. അതിലൊന്ന്, ഇന്ത്യൻ രാഷ്ട്രീയ തത്വസംഹിതയ്ക്ക് 'ഐക്യഭാരതം' എന്ന സങ്കൽപ്പനത്തെ നൽകി. മറ്റൊന്ന് ഇന്ത്യൻ രാഷ്ട്രീയ പരിസരത്ത് അധഃസ്ഥിത ജനതയുടെ ഉയിർത്തെഴുന്നേൽപ്പാണ്. 1931 ഫെബ്രുവരി 27ന് അംബേദ്കർ തിരിച്ച് മുംബൈയിലെത്തി.

രണ്ടാം വട്ടമേശസമ്മേളനം

1931 സെപ്തംബർ 7ന് രണ്ടാം വട്ടമേശസമ്മേളനം ആരംഭിച്ചു. ഗാന്ധിജിയുടെ സാന്നിധ്യമായിരുന്നു ഈ സമ്മേളനത്തിന്റെ പ്രത്യേകത. ഗാന്ധിയോടൊപ്പം മാളവ്യ, സരോജിനി നായിഡു എന്നിവരും കോൺഗ്രസിനെ പ്രതിനിധീകരിച്ച് സമ്മേളനത്തിൽ പങ്കെടുക്കുന്നുണ്ടായിരുന്നു. അംബേദ്കറും സമ്മേളന പ്രതിനിധിയായിരുന്നു.

വട്ടമേശ സമ്മേളനത്തിന്റെ പ്രധാന പ്രവർത്തനങ്ങൾ ഫെഡറൽ സ്ട്രക്ചർ കമ്മിറ്റിയിലും മൈനോറിറ്റീസ് കമ്മിറ്റിയിലുമാണ് നടത്തിയിരുന്നത്. ഒന്നാം സമ്മേളനത്തിലെ ഓരോ കമ്മിറ്റികളും തയാറാക്കിയ റിപ്പോർട്ടുകൾ പുനഃപരിശോധിക്കുകയും വിപുലീകരിക്കുകയും ചെയ്യുക എന്നതായിരുന്നു ഈ സമ്മേളനത്തിന്റെ ലക്ഷ്യം.

1931 സെപ്റ്റംബർ 15ന് ഫെഡറൽ സ്ട്രക്ചർ കമ്മിറ്റിയിൽ ഗാന്ധി പ്രസംഗിച്ചു. കോൺഗ്രസ് എല്ലാ ഇന്ത്യൻ താൽപ്പര്യങ്ങളെയും വിഭാഗ

രണ്ടാം വട്ടമേശ സമ്മേളനം

ങ്ങളെയും പ്രതിനിധീകരിക്കുന്നുവെന്ന് അദ്ദേഹം അവകാശപ്പെട്ടു. കോൺഗ്രസിൽ മുസ്ലിം പ്രസിഡന്റും മുസ്ലിം വർക്കിങ് കമ്മിറ്റിയും അയിത്തോച്ചാടന പരിപാടികളും ഉണ്ടെന്നും ഡോ. ആനിബസന്റും സരോജിനി നായിഡുവും കോൺഗ്രസ് പ്രസിഡന്റുമാരായതിനാൽ കോൺഗ്രസ് സ്ത്രീകളെ പ്രതിനിധീകരിക്കുന്നുവെന്നും ഗാന്ധി പ്രസ്താവിച്ചു.

ഗാന്ധിജി എന്താണ് ലക്ഷ്യം വയ്ക്കുന്നതെന്ന് അംബേദ്കർക്കറിയാമായിരുന്നു. അന്നുതന്നെ ഫെഡറൽ സ്ട്രക്ചർ കമ്മിറ്റിയിൽ അംബേദ്കർ പ്രസംഗിച്ചു. ഇന്ത്യക്കാരുടെ മുഴുവൻ പ്രതിനിധിയായി സ്വയം അവരോധിക്കാൻ ശ്രമിച്ച കോൺഗ്രസിന്റെയും ഗാന്ധിയുടെയും കാപട്യത്തെ അദ്ദേഹം തന്റെ പ്രസംഗത്തിലൂടെ തുറന്നെതിർത്തു. അംബേദ്കറുടെ വാദഗതികൾ മൗലികവും വിപ്ലവകരവുമാണെന്ന് സമ്മേളനം അഭിപ്രായപ്പെട്ടു.

അധഃസ്ഥിത വിഭാഗക്കാർക്ക് പ്രത്യേക നിയോജകമണ്ഡലത്തിൽ കുറഞ്ഞതൊന്നും തങ്ങൾക്ക് സ്വീകാര്യമല്ലെന്ന് അദ്ദേഹം പ്രസ്താവിച്ചു.

ഗാന്ധിക്കെതിരെ

ഗാന്ധിയും അംബേദ്കറും തമ്മിലുള്ള അഭിപ്രായവ്യത്യാസങ്ങൾ രൂക്ഷമായിക്കൊണ്ടിരുന്നു.

“സമ്മേളനത്തിന് അഭിമുഖീകരിക്കേണ്ടിവന്ന ഭരണഘടനാപരവും സാമൂഹികവുമായ നിരവധി പ്രശ്നങ്ങളിൽ മിസ്റ്റർ ഗാന്ധിക്ക് കഴമ്പില്ലാത്ത പ്രസ്താവനകൾ നടത്താനല്ലാതെ ക്രിയാത്മകമായ അഭിപ്രായങ്ങളോ, നിർദേശങ്ങളോ നൽകാനില്ലായിരുന്നു” എന്ന് അംബേദ്കർ അഭിപ്രായപ്പെട്ടു.

ഇന്ത്യൻ ജാതിവ്യവസ്ഥയ്ക്കോ, ചാതുർവർണ്യ വ്യവസ്ഥയ്ക്കോ പരിക്കേൽക്കാത്ത ചില 'പരിഷ്കരണ'ശ്രമങ്ങൾക്കായിരുന്നു ഗാന്ധി ഊന്നൽ നൽകിയിരുന്നത്. കോൺഗ്രസ് നേതാക്കളും പത്രങ്ങളും ഗാന്ധിക്കൊപ്പമായിരുന്നു. അംബേദ്കറെ രാജ്യദ്രോഹിയായിവരെ അവർ ചിത്രീകരിച്ചു. ചരിത്രപരമായ ഈ തെറ്റ് ഇന്നും വേണ്ടവിധം തിരുത്തപ്പെടുകയോ പരിശോധിക്കപ്പെടുകയോ ചെയ്തിട്ടില്ല.

നൂറ്റാണ്ടുകളായി തുടരുന്ന അടിമാനുഭവത്തിൽനിന്ന് അധഃസ്ഥിത ജനതയെ വിമോചിപ്പിക്കുവാൻ ഭരണവർഗം ഒരിക്കലും ശ്രമിച്ചിരുന്നില്ല. ഭരണാധികാരികൾ സവർണ ഹിന്ദുക്കളായിരുന്നു. അവർ ഈ അടിമജനതയെ മനുഷ്യരായിപ്പോലും പരിഗണിച്ചിരുന്നില്ല. ഈ ജനതയുടെ പ്രതിനിധിയായാണ് അംബേദ്കർ സമ്മേളനത്തിൽ പങ്കെടുക്കുന്നത്. അതുകൊണ്ടുതന്നെ അദ്ദേഹത്തിന്റെ ഭാഷ പരുക്കനും വാക്കുകൾ വിപ്ലവാത്മകവുമായിരുന്നു.

സവർണ സമൂഹത്തിന് രാഷ്ട്രീയമായ സ്വാതന്ത്ര്യമായിരുന്നു ആവശ്യം. എന്നാൽ അംബേദ്കർ ശബ്ദിച്ചത് സാമൂഹികമായും രാഷ്ട്രീയമായും സ്വാതന്ത്ര്യം നിഷേധിക്കപ്പെട്ട ഒരു ജനതയ്ക്കുവേണ്ടിയായിരുന്നു.

> ആരുടെ ഇടയിലാണോ ഞാൻ ജനിക്കുകയും വളരുകയും ജീവിക്കുകയും ചെയ്തത് അവരുടെ അവകാശങ്ങൾക്കുവേണ്ടി മരിക്കുക എന്നതാണ് എന്റ പ്രതിജ്ഞ. എന്റെ കർത്തവ്യങ്ങളിൽനിന്ന് അണുവിട വ്യതിചലിക്കാൻ ഞാൻ ഉദ്ദേശിക്കുന്നില്ല. എന്റെ പ്രതിയോഗികളുടെ ഹിംസാത്മകമായ നിന്ദകൾക്കും വിമർശനങ്ങൾക്കും ഞാൻ ചെവികൊടുക്കുന്നില്ല.

ഇതായിരുന്നു അദ്ദേഹത്തിന്റെ നിലപാട്.

5

കമ്യൂണൽ അവാർഡും പൂനാ പാക്ടും

അധഃസ്ഥിത വിഭാഗങ്ങൾക്ക പ്രത്യേക നിയോജകമണ്ഡലങ്ങൾക്കു വേണ്ടിയാണ് അംബേദ്കർ വാദിച്ചത്. അത് ജനങ്ങളെ വർഗീയമായി വിഭജിക്കുമെന്നാണ് ഗാന്ധിജി അഭിപ്രായപ്പെട്ടത്.

1932 മെയ് 26ന് അംബേദ്കർ ലണ്ടനിലേക്ക് യാത്രതിരിച്ചു. ഒരാഴ്ചത്തെ തീവ്രയത്നത്തിലൂടെ അധികാരികളെയും മറ്റ് ഉദ്യോഗസ്ഥരെയും കണ്ട് 22 പേജുള്ള ഒരു നിവേദനം ബ്രിട്ടീഷ് ക്യാബിനറ്റിന് നൽകിയ ശേഷമാണ് അദ്ദേഹം ഇന്ത്യയിലേക്ക് മടങ്ങിയത്.

അംബേദ്കർ തിരിച്ചെത്തുന്നതിന് മുമ്പുതന്നെ കമ്യൂണൽ അവാർഡ് പ്രഖ്യാപിക്കപ്പെട്ടിരുന്നു. ഇതുപ്രകാരം അധഃസ്ഥിതർക്ക് അസംബ്ലിയിൽ പ്രത്യേക സീറ്റുകളും ഇരട്ട വോട്ടവകാശവും നൽകപ്പെട്ടു.

ഗാന്ധിജിയും അംബേദ്ക്കറും

അതായത്, അധഃസ്ഥിതർക്ക് തങ്ങളുടെ പ്രതിനിധിയെ തിരഞ്ഞെടുക്കുന്നതിനോടൊപ്പം പൊതുപ്രതിനിധിയെ തിരഞ്ഞെടുക്കുന്നതിലും വോട്ടു രേഖപ്പെടുത്താനുള്ള അവകാശം. അതായിരുന്നു കമ്യൂണൽ അവാർഡ്. ഇത് ഇന്ത്യയെ രാഷ്ട്രീയമായി ഭിന്നിപ്പിക്കുമെന്നും ഹിന്ദുക്കൾ ന്യൂനപക്ഷമാകുമെന്നും പറഞ്ഞുകൊണ്ട് ജാതിവാദികൾ കമ്യൂണൽ അവാർഡിനെ എതിർക്കാൻ തുടങ്ങി. ഗാന്ധിജി കമ്യൂണൽ അവാർഡിനെതിരെ നിരാഹാരസമരം ആരംഭിച്ചു.

ഗാന്ധിയുടെ ഈ സമരം ഇന്ത്യയിൽ വലിയ പ്രത്യാഘാതങ്ങൾ ഉളവാക്കി. 'ഗാന്ധിജിയുടെ ജീവൻ രക്ഷിക്കുക' എന്ന ആഹ്വാനം ഇന്ത്യ മുഴുവൻ അലയടിച്ചു. കമ്യൂണൽ അവാർഡിലെ വ്യവസ്ഥകൾ മാറ്റിക്കൊണ്ടുമാത്രമേ ഗാന്ധിയുടെ ജീവൻ രക്ഷിക്കാൻ കഴിയൂ എന്ന സ്ഥിതിവിശേഷം സംജാതമായി. എല്ലാവരും അംബേദ്കറെയാണ് ഉറ്റുനോക്കുന്നത്. അദ്ദേഹം ഇതിനെന്ത് മറുപടി പറയും? അസ്പൃശ്യ സമൂഹത്തിനും ഗാന്ധിക്കും യോജിക്കാൻ കഴിയുന്ന വിധത്തിലുള്ള ഒരു നിർദേശം; അതാണിപ്പോൾ ആവശ്യം. "ഞാനകപ്പെട്ടതുപോലെയുള്ള ഒരു ധർമ സങ്കടത്തിൽ മറ്റാരും അകപ്പെട്ടിട്ടുണ്ടാവില്ല" എന്നാണ് അംബേദ്കർ ഈ സാഹചര്യത്തെക്കുറിച്ച് അഭിപ്രായപ്പെട്ടത്.

ഗാന്ധിയുടെ ആരോഗ്യം ദിനംപ്രതി ക്ഷയിച്ചുവരികയാണ്. ഗാന്ധിയുടെ ഓരോ ഹൃദയമിടിപ്പും അംബേദ്കർക്ക് മേലുള്ള സമ്മർദമായി ത്തീർന്നുകൊണ്ടിരുന്നു. അവസാനം നിരാഹാരം കിടക്കുന്ന ഗാന്ധിയുമായി അദ്ദേഹം നേരിട്ടൊരു സംഭാഷണത്തിനൊരുങ്ങി. അവസാനം ഗാന്ധിയുടെ ജീവനെ വിലമതിച്ചുകൊണ്ട് കമ്യൂണൽ അവാർഡിലെ വ്യവസ്ഥകൾ പുതുക്കിയെഴുതാൻ അംബേദ്കർ സമ്മതിച്ചു. കമ്യൂണൽ അവാർഡിലെ വ്യവസ്ഥകൾ പരിഷ്കരിക്കാൻ പുതിയ കരാർ വ്യവസ്ഥ ചെയ്തു. 1932 സെപ്തംബർ 24ാംതീയതി ഒപ്പുവയ്ക്കപ്പെട്ട ഈ ഉടമ്പടിയാണ് പൂനാപാക്ട് എന്ന പേരിൽ അറിയപ്പെട്ടത്.

പൂനാകരാറിനു ശേഷം അംബേദ്കറും ഗാന്ധിയും തമ്മിലുള്ള ആശയസംഘട്ടനം പഴയതലത്തിലായിരുന്നില്ല. വ്യക്തിപരമായ അടുപ്പവും, പരസ്പര ബഹുമാനവും അവർ പുലർത്തിപ്പോന്നു. 1933 ഏപ്രിൽ 23ന് അംബേദ്കർ യർവാദാജയിലിൽ ഗാന്ധിയെ സന്ദർശിക്കുകയുണ്ടായി. അതേവർഷം ഒക്ടോബർ 30ാം തീയതി ലണ്ടനിൽ കൂടിയ സംയുക്ത സമിതി യോഗത്തിൽ അംബേദ്കർ വിൻസ്റ്റൺ ചർച്ചിലിനെ ക്രോസ് വിസ്താരം നടത്തി. ചർച്ചയിൽ പാർലമെന്റിൽ ചെയ്ത ഒരു പ്രസംഗത്തെ ചൊല്ലിയായിരുന്നു അത്. ആത്മവിശ്വാസവും നിർഭയത്വവും തികഞ്ഞ ധൈഷണികതയും അദ്ദേഹത്തിന്റെ വ്യക്തിത്വത്തിന് മാറ്റുകൂട്ടുകയായിരുന്നു.

ജീവിതസഖി വിടപറയുന്നു

നിരന്തരമായ വായനയും എഴുത്തും പ്രവർത്തനങ്ങളും അംബേദ്കറിന്റെ ആരോഗ്യസ്ഥിതിയെ പ്രതികൂലമായി ബാധിച്ചു. ഏകാന്തതയും വിശ്രമവും ആവശ്യമായ ഒരു ഘട്ടമായിരുന്നു അത്.

സാമ്പത്തികമായ ബുദ്ധിമുട്ടുകൾ അദ്ദേഹത്തെ പ്രൊഫസർജോലി സ്വീകരിക്കാൻ നിർബന്ധിതനാക്കി. ഇക്കാലത്താണ് സ്വകാര്യ ലൈബ്രറി

യെന്ന തന്റെ ഏറെക്കാലമായുള്ള ആഗ്രഹം പൂർത്തീകരിക്കപ്പെടുന്നത്. മുംബൈയിലെ ദാദാറിലുള്ള ഒരു കെട്ടിടം; താഴത്തെ നിലയിൽ താമസവും മുകളിൽ ലൈബ്രറിയും. കുടുംബജീവിതം ദുരിതപൂർണമാവുകയായിരുന്നു. മൂന്ന് പുത്രന്മാരുടെയും പുത്രിയുടെയും അകാലത്തിലുള്ള മരണം അദ്ദേഹത്തെ ഏറെ തളർത്തി. അതോടൊപ്പം ഭാര്യ രമാബായിയുടെ ആരോഗ്യനില മോശമായിക്കൊണ്ടിരിക്കുന്നു.

പൂനാപാക്ടിനെതിരെ സവർണസമൂഹം പ്രക്ഷോഭങ്ങളിലേർപ്പെട്ടുകൊണ്ടിരിക്കുന്ന കാലമായിരുന്നു അത്. കുടുംബപ്രശ്നങ്ങളിലേക്ക് അൽപ്പകാലത്തേക്ക് ശ്രദ്ധ തിരിഞ്ഞതിനാൽ ഈ വിഷയത്തിൽ വേണ്ടത്ര ഇടപെടാൻ അദ്ദേഹത്തിന് കഴിഞ്ഞില്ല. ഭാര്യയുടെ ആരോഗ്യസ്ഥിതിയാണെങ്കിൽ വളരെ മോശം. ഈ രോഗാവസ്ഥയിലെങ്കിലും ഒരു ഭർത്താവെന്ന നിലയിൽ ഭാര്യയെ പരിചരിക്കുവാനും ശ്രദ്ധിക്കുവാനും അദ്ദേഹം ശ്രമിക്കുകയായിരുന്നു.

അവസാനം, 1935 മെയ് 27-ന് അംബേദ്കറിന്റെ ജീവിതസഖി രമാ

പൂനാ കരാറിൽ അംബേദ്ക്കർ ഒപ്പു വയ്ക്കുന്നു

ബായ് എന്നന്നേക്കുമായി വിടപറഞ്ഞു. അവരുടെ വേർപാട് അദ്ദേഹത്തെ ആകെ തളർത്തി. ദുഃഖം സഹിക്കാനാവാതെ ഒരാഴ്ചക്കാലം മുറിയിൽത്തന്നെ അദ്ദേഹം കഴിച്ചുകൂട്ടി.

മതപരിവർത്തനചിന്തയിൽ

1935 ജൂൺ 1ന് അംബേദ്കർ ഗവൺമെന്റ് ലോ കോളേജ് പ്രിൻസിപ്പലായി നിയമിക്കപ്പെട്ടു. അതേവർഷം തന്നെ ഹൈന്ദവ നേതൃത്വത്തെ ഞെട്ടിച്ചുകൊണ്ട് ഒരു വാർത്ത പരന്നു. ഡോ. അംബേദ്കർ മതപരിവർത്തനത്തിന് ശ്രമിക്കുന്നു എന്നതായിരുന്നു ആ വാർത്ത.

ഓർമവച്ചകാലം മുതൽ സവർണ ഹിന്ദുമതം തന്നിലേൽപ്പിച്ച മുറിവുകൾ ഉണങ്ങാതെ ഇപ്പോഴും നീറിക്കൊണ്ടിരിക്കുകയാണ്. ഈ മുറിവുകൾ താനെന്ന വ്യക്തിയിൽ തുടങ്ങി തന്നിൽത്തന്നെ അവസാനിക്കുന്നതുമല്ല. നൂറ്റാണ്ടുകാലം മുമ്പേ തുടർന്നുവരുന്ന അസ്പൃശ്യജനതയുടെ

ഉണങ്ങാത്ത മുറിവുകളാണ് തന്റെയുള്ളിൽ നിലവിളിക്കുന്നത്.

മതപരിവർത്തനം അതിനൊരു പരിഹാരമല്ലേ... അദ്ദേഹം ചിന്തിച്ചു. ബ്രാഹ്മണർ, ക്ഷത്രിയർ, വൈശ്യർ, ശൂദ്രർ എന്നീ ശ്രേണീബദ്ധമായ സാമൂഹ്യക്രമത്തിൽ ഈ വർണങ്ങളിലൊന്നുംപെടാത്ത മനുഷ്യരായിപ്പോലും പരിഗണിക്കാത്ത ഒരു വലിയ ജനവിഭാഗം, അടിച്ചേൽപ്പിക്കപ്പെട്ട ഒരു മതത്തിന്റെ ഭാരം പേറി, അതിന്റെ അടിമാനുഭവം നേരിട്ട് എന്തിനു കഴിയണം? "ഞാനൊരു ഹിന്ദുവായിട്ടാണ് ജനിച്ചതെങ്കിൽ മരിക്കുന്നത് ഒരു ഹിന്ദുവായിട്ടായിരിക്കില്ല" എന്ന അംബേദ്കറിന്റെ പ്രഖ്യാപനം ഇന്ത്യയിൽ അസ്പൃശ്യജനതയുടെ മുഴുവൻ വികാരങ്ങളും ഉൾക്കൊള്ളുന്നതായിരുന്നു.

അധഃസ്ഥിതജനത ഏത് മതം സ്വീകരിച്ചാലും സ്വാതന്ത്ര്യത്തിനും സമത്വത്തിനും വേണ്ടി സമരം തുടരേണ്ടിവരുമെന്ന് അദ്ദേഹത്തിനറിയാമായിരുന്നു. ഇന്ത്യയിലെ ഹൈന്ദവേതരമായ മതങ്ങളിൽപ്പോലും ജാതി വ്യവസ്ഥയുടെയും, ബ്രാഹ്മണ മേധാവിത്വബോധത്തിന്റെയും ശക്തമായ അടിയൊഴുക്കുകൾ നിലനിൽക്കുകയാണ്. ലോകത്തെവിടെയുമില്ലാത്ത; സവിശേഷമായ ഒരു സാമൂഹ്യാവസ്ഥയാണ് ഇന്ത്യയിലെ ജാതിവ്യവസ്ഥ. അതിന്റെ ആഴത്തിലുള്ള വേരുകൾ പറിച്ചെറിയുക എളുപ്പമല്ലെന്ന ബോധ്യം അംബേദ്കർക്കുണ്ടായിരുന്നു.

വർഗസമൂഹത്തെ കൂടുതൽ വർഗസമൂഹമായി ധ്രുവീകരിക്കുകയാണ് ജാതി ചെയ്യുന്നത്. അംബേദ്കറുടെ ഭാഷയിൽ പറഞ്ഞാൽ: "ഏത് സമൂഹവും രൂപപ്പെടുന്നത് വർഗങ്ങളെക്കൊണ്ടാണ്. വർഗവും ജാതിയും അയൽക്കാരാണ്. ഒരു ജാതി എന്നത് വലയിതമായ ഒരു വർഗമാണ്."

ജാതി എന്നത് ഇന്ത്യനവസ്ഥയിലെ സവിശേഷമായ വർഗവിന്യാസമാണ് എന്നർഥം. അതുകൊണ്ടുതന്നെ ജാതിക്കെതിരായ പോരാട്ടം വർഗസമരത്തിന്റെ ഭാഗം തന്നെയാണ്.

ചാതുർവർണ്യ വ്യവസ്ഥയിൽ തന്റെ സമൂഹം നേരിടേണ്ടിവരുന്ന ദുരിതപൂർണമായ അനുഭവങ്ങളെ അതിജീവിക്കാൻ ബ്രാഹ്മണ ഹിന്ദുമതം വെടിഞ്ഞ് മറ്റൊരു മതം സ്വീകരിക്കുക എന്നൊരു പോംവഴി മാത്രമേയുള്ളൂ എന്ന ചിന്ത അംബേദ്കറിൽ വളർന്നു. 1936 മെയ്മാസത്തിൽ ബോംബെയിലെ ദാദറിൽ നടന്ന ഒരു സമ്മേളനത്തിൽ അദ്ദേഹം ഇങ്ങനെ പറയുകയുണ്ടായി:

> ബ്രാഹ്മണമതത്തിൽ തുടരുന്ന കാലത്തോളം ഭക്ഷണം, ജോലി, വിദ്യാഭ്യാസം തുടങ്ങി ഒരു പരിഷ്കൃത സമൂഹത്തിലെ ജീവിതം സ്വാതന്ത്ര്യത്തോടെ നയിക്കാൻ കഴിയില്ല. അതുകൊണ്ട് ആ മതം ഉപേക്ഷിച്ചേ മതിയാകൂ... അസ്വാതന്ത്ര്യത്തിന്റെ ചങ്ങലയല്ലാതെ നമുക്ക് മറ്റൊന്നും നഷ്ടപ്പെടാനില്ല. നേടുവാനോ ഒരുപാടുണ്ട്... സാമൂഹ്യപദവിക്കു വേണ്ടിയുള്ള പോരാട്ടമാണെങ്കിലും ആത്യന്തികമായി ഇതൊരു വർഗസമരമാണ്.

ഇന്ത്യയിൽ 'മതപരിവർത്തനം' എന്നത് ഒരു 'ആത്മീയ' വ്യവഹാരം എന്നതിനുപരി കീഴാളസമൂഹത്തിന്റെ രാഷ്ട്രീയ ചെറുത്തുനിൽപ്പാണെന്ന ചരിത്രപാഠമാണ് അംബേദ്കർ നൽകിയത്.

6

ഇൻഡിപെൻഡന്റ് ലേബർ പാർട്ടി

ആയിരത്തി തൊള്ളായിരത്തി മുപ്പത്തിയാറ് ആഗസ്തിൽ അംബേദ്കർ 'ഇൻഡിപെൻഡന്റ് ലേബർ പാർട്ടി' എന്ന പേരിൽ ഒരു രാഷ്ട്രീയ പാർട്ടി രൂപീകരിച്ചു. 1935ലെ ഇന്ത്യാ ഗവണ്മെന്റ് ആക്ടനുസരിച്ച് പ്രാദേശിക സ്വയംഭരണത്തിനുള്ള തിരഞ്ഞെടുപ്പ് 1937ൽ തുടക്കം കുറിക്കും. അതിന്റെ മുന്നോടിയായാണ് അദ്ദേഹം ഇൻഡിപെൻഡന്റ് ലേബർ പാർട്ടി രൂപീകരിച്ചത്.

ഭൂരഹിതരെയും ദരിദ്രരായ കുടികിടപ്പുകാരെയും കർഷകരെയും തൊഴിലാളികളെയുമാണ് ഈ പാർട്ടി അഭിസംബോധന ചെയ്തത്.

ഈ ഘട്ടത്തിൽ ഇന്ത്യ നവോത്ഥാനത്തിന്റെ ഏറ്റവും പ്രധാനപ്പെട്ട ചില ചരിത്രസംഭവങ്ങളിലൂടെ കടന്നുപോവുകയായിരുന്നു. ചരിത്രത്തിലാദ്യമായി ദസറാ ഡർബാർ ആഘോഷങ്ങളിൽ ദളിതർക്ക് പങ്കെടുക്കാമെന്ന മൈസൂർ ഗവൺമെന്റിന്റെ പ്രഖ്യാപനം വന്നത് ഇക്കാലത്താണ്. തിരുവിതാംകൂറിൽ ക്ഷേത്രപ്രവേശന വിളംബരം നടക്കുന്നതും ഈ കാലഘട്ടത്തിലാണ്. ഇത് വരേണ്യവർഗത്തിന്റെ ഔദാര്യമായിരുന്നു എന്നുള്ള വ്യാഖ്യാനം ഉണ്ടായിട്ടുണ്ട്. എന്നാൽ ഇന്ത്യൻ നവോത്ഥാനത്തിന്റെ ഉജ്വലനക്ഷത്രങ്ങളായ ജ്യോതിബാഫൂലെ, അംബേദ്കർ, ശ്രീനാരായണഗുരു, അയ്യൻകാളി, പെരിയാർ ഇ വി രാമസ്വാമി തുടങ്ങിയവരുടെ ധീരമായ സമരങ്ങളിലൂടെയും പ്രവർത്തനങ്ങളിലൂടെയും ചെറുത്തുനിൽപ്പിലൂടെയും നേടിയെടുത്ത അവകാശബോധത്തിന്റെ ഫലമായിരുന്നു ഇതെന്ന് കാണാൻ പ്രയാസമില്ല.

അംബേദ്കർ രൂപീകരിച്ച രാഷ്ട്രീയപ്പാർട്ടി ബോംബെ പ്രൊവിൻസിൽ മാത്രം ഒതുങ്ങിനിന്നു. 175 സീറ്റുകളുള്ള പ്രൊവിൻഷ്യൽ ലെജിസ്ലേറ്റീവ് അസംബ്ലിയിൽ 15 സംവരണസീറ്റുകളിലും 2 ജനറൽ സീറ്റുകളിലുമാണ് ഇൻഡിപെൻഡന്റ് ലേബർപാർട്ടി സ്ഥാനാർഥികളെ നിർത്തി

യത്. ഈ 17 സീറ്റിൽ 15 സീറ്റ് അംബേദ്കറുടെ പാർട്ടിക്ക് ലഭിച്ചു. അധഃസ്ഥിതസമൂഹത്തെ സംബന്ധിച്ച് ഇത് വലിയ വിജയമായിരുന്നു എന്ന് കണക്കാക്കപ്പെടുന്നു. ഇതേ സമയത്തുതന്നെ (1937 മാർച്ച് 15) ചൗദാർ കളം കേസിന്റെ വിധിയുണ്ടായി. അത് അധഃസ്ഥിതജനതയ്ക്കനുകൂലമായിരുന്നു.

കർഷക കുടിയാന്മാരുടെ അടിമത്തം അവസാനിപ്പിക്കാൻ ജനകീയ പ്രാദേശിക അസംബ്ലിയിൽ ഒരു ബിൽ അവതരിപ്പിച്ച ആദ്യത്തെ നിയമസഭാ സാമാജികനായിരുന്നു അംബേദ്കർ. കുടിയാന്മാർക്ക് കൈവശാവകാശം ലഭ്യമാക്കത്തക്കവിധം ഭൂനടപ്പുവ്യവസ്ഥ റദ്ദാക്കുക എന്നതായിരുന്നു ബില്ലിന്റെ ലക്ഷ്യം.

ബി ടി രണദിവെ

കർഷകത്തൊഴിലാളികൾക്ക് മിനിമം കൂലി നിജപ്പെടുത്തണമെന്ന് ആവശ്യപ്പെട്ടുകൊണ്ട് അംബേദ്കറുടെ നേതൃത്വത്തിൽ പ്രക്ഷോഭസമരങ്ങൾ നടക്കുകയും നിവേദനം നൽകപ്പെടുകയും ചെയ്തു. ഇതോടൊപ്പം ജന്മിത്തസമ്പ്രദായം അവസാനിപ്പിക്കണമെന്നും ചെറുകിടകർഷകരുടെ ജലസേചനനികുതി അമ്പതുശതമാനം കുറയ്ക്കണമെന്നുമുള്ള ആവശ്യങ്ങൾ അവർ മുന്നോട്ടുവച്ചു.

ഇതുമായി ബന്ധപ്പെട്ട ഒരു സമ്മേളനത്തെ അഭിസംബോധന ചെയ്ത് അംബേദ്കർ പറഞ്ഞു:

> ലോകത്തിൽ രണ്ടുവർഗങ്ങളാണുള്ളത്. ഉള്ളവനും ഇല്ലാത്തവനും സമ്പന്നരും ദരിദ്രരും, ചൂഷകരും ചൂഷിതരും. ജാതിയോ മതമോ പരിഗണിക്കാതെ ഒരു തൊഴിലാളിമുന്നണി സംഘടിപ്പിച്ച് അവരുടെ യഥാർഥ പ്രതിനിധികളെ തിരഞ്ഞെടുത്തയയ്ക്കുകയാണ് പരിഹാരമാർഗം. രാജ്യത്തിന്റെ ഭക്ഷണവും സമ്പത്തും ഉൽപ്പാദിപ്പിക്കുന്നവർ; പട്ടിണികിടന്ന് മരിക്കരുത്.

ഒരു കമ്യൂണിസ്റ്റിന്റെ രാഷ്ട്രീയവീക്ഷണവും പ്രവർത്തനപാടവവും ഉണ്ടായിരുന്ന അംബേദ്കർ ഇന്ത്യയിലെ കമ്യൂണിസ്റ്റ് പാർട്ടിയോടൊപ്പം ചേരാതിരുന്നത് വൈരുധ്യമാണ്.

കാർഷികപരിഷ്കരണത്തിന് വേണ്ടിയുള്ള സമരം നടന്നുകൊണ്ടിരിക്കെ അംബേദ്കറും ഭരണകക്ഷിയുമായി ചില അഭിപ്രായഭിന്നതകൾ ഉണ്ടായി. ഇന്ത്യയിലെ അധഃസ്ഥിത ജനവിഭാഗങ്ങളെ സംബന്ധിച്ച് അവരുടെ ആത്മാഭിമാനവുമായി ബന്ധപ്പെട്ട വിഷയത്തിലായിരുന്നു അഭിപ്രാ

യഭിന്നത: ലോക്കൽ ബോർഡ്സ് ആക്ട് ഭേദഗതി ചെയ്യാൻ അവതരിപ്പിച്ച ബില്ലിൽ പട്ടികജാതി വിഭാഗക്കാരെ 'ഹരിജനങ്ങൾ' എന്ന് നിർവചിക്കുന്നതിനെ അംബേദ്കർ ശക്തമായി എതിർത്തു. 'ഹരിജനങ്ങൾ' എന്നാൽ 'ഈശ്വരന്റെ മക്കളെ'ന്നാണ് വിവക്ഷ. ഇതിനെതിരെ അംബേദ്കർ തുറന്നടിച്ചു: "അയിത്തവിഭാഗക്കാർ ഈശ്വരന്റെ മക്കളാണെങ്കിൽ സവർണർ ചെകുത്താന്റെ സന്തതികളാണെന്ന് സ്വയം കരുതുന്നുണ്ടോ?"

കീഴാളജനതയുടെ സാമൂഹ്യനില മെച്ചപ്പെടുത്താൻ ഒന്നുംചെയ്യാതെ അവരുടെമേൽ ഈ പേര് കെട്ടിവയ്ക്കുന്നതിനെയാണ് അംബേദ്കർ എതിർത്തത്. സഭ ബഹിഷ്കരിക്കാൻതന്നെ അദ്ദേഹം തീരുമാനിച്ചു.

തൊഴിലാളികളുടെ കൂടെ

പൂർണമായും സാമൂഹ്യരംഗങ്ങളിൽ സജീവമായതിനാൽ വായനയുടെ ലോകത്തുനിന്ന് അംബേദ്കർക്ക് മാറിനിൽക്കേണ്ടിവന്നു.

1938 ഫെബ്രുവരി 12, 13 തീയതികളിൽ മൻമാഡിൽ റെയിൽവേ തൊഴിലാളികളുടെ ഒരു മഹാസമ്മേളനം നടന്നു. 'ഇന്ത്യൻ സാഹചര്യത്തിൽ രണ്ടുശത്രുക്കളാണുള്ളത്. ബ്രാഹ്മണമതവും മുതലാളിത്തവും' എന്ന് ആ സമ്മേളനത്തിൽവച്ച് അംബേദ്കർ അഭിപ്രായപ്പെട്ടു. 1938 നവംബർ 7ന് നടന്ന തൊഴിലാളി യൂണിയനുകളുടെ പണിമുടക്കിൽ അദ്ദേഹം നേതൃത്വപരമായ പങ്കുവഹിച്ചു. പണിമുടക്കുദിവസം ചെങ്കൊടിയാൽ അലംകൃതമായ വാഹനത്തിൽ, പണിമുടക്ക് വിജയിപ്പിക്കുവാൻ അഭ്യർഥിച്ചുകൊണ്ട് അദ്ദേഹം തൊഴിലാളി മേഖലകളിൽ ചുറ്റിസഞ്ചരിച്ചു. മില്ലുകളും മുനിസിപ്പൽ വർക്ക്ഷോപ്പുകളും അന്ന് പ്രവർത്തിച്ചില്ല. കോൺഗ്രസിന്റെ ഭാഗത്തുനിന്നും ശക്തമായ എതിർപ്പുണ്ടായിരുന്നിട്ടും സമരം ഗംഭീരവിജയമായിരുന്നു.

അന്നുവൈകുന്നേരം നടന്ന സമ്മേളനത്തിൽ ബി ടി രണദിവെ, പ്രധാൻ, ഡാങ്കെ എന്നിവരോടൊപ്പം അംബേദ്കർ പ്രസംഗിച്ചു. തൊഴിലാളികൾ രാഷ്ട്രീയാധികാരം പിടിച്ചെടുക്കേണ്ടതുണ്ടെന്ന് തീക്ഷ്ണമായ ഭാഷയിൽ അദ്ദേഹം പ്രസ്താവിച്ചു. കമ്യൂണിസ്റ്റ് പാർട്ടിയുമായി ചേർന്ന് അംബേദ്കർ ഒരു ഐക്യമുന്നണിക്ക് രൂപം നൽകി.

അധികാര പരിസരത്തേക്ക്

1941 ജൂലൈയിൽ വൈസ്രോയി തന്റെ എക്സിക്യൂട്ടീവ് കൗൺസിലിൽ 8 ഇന്ത്യക്കാരെക്കൂടി ചേർത്ത് വികസിപ്പിച്ചപ്പോൾ അതോടൊപ്പം ഒരു പ്രതിരോധ ഉപദേശക സമിതി രൂപീകരിക്കുകയുണ്ടായി. ഈ ഉപദേശകസമിതിയിലേക്ക് അംബേദ്കറെ തെരഞ്ഞെടുത്തു. എന്നാൽ എക്സിക്യൂട്ടീവ് കൗൺസിലിൽ അധഃസ്ഥിതർക്കും സിക്കുകാർക്കും പ്രാതിനിധ്യം ലഭിക്കുകയുണ്ടായില്ല. ഇതിനെതിരെ അംബേദ്കർ ശക്തിയായി പ്രതിഷേധിച്ചു.

ഡോ. അംബേദ്കർ തൊഴിലാളികളെയാണോ, അധഃസ്ഥിതരെയാണോ പ്രതിനിധീകരിക്കുന്നതെന്നുള്ള ചോദ്യങ്ങൾ പലയിടത്തുനിന്നും ഉയർന്നുവരികയുണ്ടായെങ്കിലും തന്റെ അഭിപ്രായങ്ങളിലും രാഷ്ട്രീയ ബോധ്യങ്ങളിലും അദ്ദേഹം ഉറച്ചുനിൽക്കുകയാണുണ്ടായത്. തൊഴിലാളികളും കർഷകരും കർഷകത്തൊഴിലാളികളും അധഃസ്ഥിതരും വിഘടിതവർഗമല്ലെന്നും ചൂഷിതവർഗമെന്ന നിലയിൽ ഒറ്റക്കെട്ടായി നിലകൊള്ളണമെന്നുമുള്ള ബോധ്യം അദ്ദേഹത്തിനുണ്ടായിരുന്നു.

1942 ഏപ്രിൽ 14ന് നടന്ന അംബേദ്കറുടെ ജന്മസുവർണജൂബിലി ആഘോഷചടങ്ങിൽ പൂന ജില്ല ലോക്കൽ ബോർഡ് പ്രസിഡന്റ് ഇപ്രകാരം പ്രസംഗിക്കുകയുണ്ടായി: "ഡോ. അംബേദ്കർ അധഃസ്ഥിത വർഗത്തിന്റെ മഹാനായ നേതാവ് മാത്രമല്ല, ഇന്ത്യയിലെ മഹാന്മാരായ നേതാക്കളിൽ ഒരാൾകൂടിയാണ്. തന്റെ നിസ്വാർഥമായ സേവനംകൊണ്ട് രാഷ്ട്ര ഹൃദയത്തിൽ മഹനീയസ്ഥാനം അദ്ദേഹം നേടിയിരിക്കുന്നു."

1942 ജൂലായ് 2ന് എക്സിക്യൂട്ടീവ് കൗൺസിൽ വികസിപ്പിച്ചതായി വാർത്ത പുറത്തുവന്നു. അംബേദ്കറും പുതിയ എക്സിക്യൂട്ടീവിൽ ഉണ്ടായിരുന്നു. 'അംബേദ്കറുടെ നിയമനം തൊഴിലാളികൾക്ക് ഗുണകരമായിരിക്കുമെന്നും ജീവിതകാലം മുഴുവൻ അധഃസ്ഥിതരുടെയും തൊഴിലാളികളുടെയും അവകാശങ്ങൾക്കുവേണ്ടി പോരാടിയ ഒരാൾക്ക് ലഭിക്കാവുന്ന അർഹമായ വകുപ്പാണിതെന്നും, അദ്ദേഹം ഒരു റബർ സ്റ്റാമ്പായിരിക്കില്ലെന്നും' *ബോംബെ ക്രോണിക്കിൾ* പത്രം അഭിപ്രായപ്പെട്ടു.

എക്സിക്യൂട്ടീവ് കൗൺസിൽ മെമ്പർ എന്നത് ഒരു കേന്ദ്രമന്ത്രിക്ക് തുല്യമായ പദവിയാണ്. അംബേദ്കർക്ക് ലേബർവകുപ്പാണ് ലഭിച്ചത്. അടിമത്തത്തെയും അസ്പൃശ്യതയെയും നേരിട്ടുകൊണ്ട് സ്വജീവിതത്തെ പ്രക്ഷോഭമായി മാറ്റിയ അംബേദ്കർക്ക് അധികാരം അലങ്കാരമായിരുന്നില്ല. രാഷ്ട്രീയമായ അടയാളപ്പെടുത്തലായിരുന്നു.

അധികാരപരിസരത്തുനിന്നും ബഹുദൂരം പാർശ്വവൽക്കരിച്ചുപോയ ഒരു ജനതയുടെ പ്രാതിനിധ്യമായിരുന്നു അംബേദ്കറിലൂടെ നിർവഹിക്കപ്പെട്ടുകൊണ്ടിരുന്നത്.

7

വിദ്യനേടുക, പ്രക്ഷോഭിപ്പിക്കുക, സംഘടിക്കുക

ആയിരത്തി തൊള്ളായിരത്തി നാൽപ്പത്തിരണ്ട് ജൂലായ് 18ന് നാഗ്പ്പൂരിൽ നടന്ന ബഹുജനറാലിയെ അഭിസംബോധന ചെയ്തുകൊണ്ട് അദ്ദേഹം പ്രസ്താവിച്ചു: "വിദ്യ നേടുക (educate), പ്രക്ഷോഭിപ്പിക്കുക (agitate), സംഘടിക്കുക (organise)" ചരിത്രപ്രസിദ്ധമായിത്തീർന്ന ഈ മൂന്നുവാക്കുകൾ ആയിരുന്നു അംബേദ്കറുടെ ജീവിതത്തെ നയിച്ചത്. കീഴാളസമൂഹത്തോടുള്ള സന്ദേശമായിരുന്നു ഈ വാക്കുകൾ.

ശ്രീനാരായണഗുരു, അയ്യങ്കാളി, തുടങ്ങിയവർ കീഴാളസമൂഹത്തിന് നൽകിയ സന്ദേശങ്ങളുടെയും പ്രവർത്തനങ്ങളുടെയും സാരാംശവും ഇതായിരുന്നു. വിവിധകാലങ്ങളിൽ വിവിധ സ്ഥലങ്ങളിൽ ജീവിച്ചിരുന്ന ഇവർ നേരിട്ട ഇന്ത്യൻ സാമൂഹ്യാവസ്ഥ ഒന്നുതന്നെയായിരുന്നു. അസ്പൃശ്യതയും അടിമാനുഭവവും ഭാഷ–ദേശാതിർത്തികൾക്കപ്പുറം കീഴാളജനതയെ ഞെരുക്കിക്കൊണ്ടിരിക്കുകയായിരുന്നു. അതുകൊണ്ടാണ് അതിനെതിരായ പ്രതിരോധങ്ങൾക്ക് ഒരേ ഭാഷയും പ്രതിരോധവും ഉണ്ടായത്.

നാഗ്പ്പൂരിൽ നടന്ന ഈ സമ്മേളനം അഖിലേന്ത്യാ പട്ടികജാതി ഫെഡറേഷന് രൂപംനൽകി. അധഃസ്ഥിത വർഗ പ്രസ്ഥാനങ്ങൾ മറ്റ് വർഗങ്ങളിലെ തൊഴിലാളി വിഭാഗങ്ങളുമായി സഖ്യമുണ്ടാക്കണമെന്ന് അംബേദ്കർ ആഹ്വാനംചെയ്തു.

നാസിസവും ഫാസിസവും ലോകത്താകമാനമുള്ള ജനതയ്ക്ക് ഭീഷണിയാണെന്ന ബോധ്യം അദ്ദേഹത്തിനുണ്ടായിരുന്നു. രണ്ടാംലോകമഹായുദ്ധത്തിന്റെ പശ്ചാത്തലത്തിൽ 'ഇന്ത്യൻ തൊഴിലാളികളും യുദ്ധവും' എന്ന വിഷയിൽ ആകാശവാണിയുടെ ബോംബെ നിലയത്തിലൂടെ നടത്തിയ പ്രഭാഷണത്തിൽ അംബേദ്കർ ഇങ്ങനെ പറഞ്ഞു: "സ്വാതന്ത്ര്യം

അടിച്ചമർത്തപ്പെടുകയും സമത്വം നിഷേധിക്കപ്പെടുകയും സാഹോദര്യം തുടച്ചുനീക്കപ്പെടുകയും ചെയ്യുക എന്നതാണ് നാസിസം വിജയിച്ചാൽ സംഭവിക്കുക. അതുകൊണ്ട് നാസിസത്തിനു മേലുള്ള വിജയത്തിനു വേണ്ടി തൊഴിലാളികൾ യുദ്ധം ചെയ്യണം." ഫാസിസത്തിനെതിരായുള്ള ഒരു ഇന്ത്യൻ വിപ്ലവകാരിയുടെ ശരിയായ നിലപാടുകൾ ഈ വാക്കുകളിൽ ദർശിക്കാവുന്നതാണ്.

തൊഴിലാളി നേതാവും തൊഴിൽ വകുപ്പുമന്ത്രിയുമായ അംബേദ്കർ 1944 ഏപ്രിലിൽ ഫാക്ടറികളിൽ ജോലിചെയ്യുന്ന തൊഴിലാളികൾക്ക് ശമ്പളത്തോടുകൂടി അവധി ദിവസങ്ങൾ നൽകാൻ നിർദേശിക്കുന്ന ഒരു ഭേദഗതിബിൽ അവതരിപ്പിച്ചു. തൊഴിലാളികൾ ജാതിനോക്കാതെ അവരുടെ അവകാശങ്ങൾക്കുവേണ്ടി നിലകൊള്ളണമെന്നും ട്രേഡ് യൂണിയൻ രൂപീകരിക്കുന്നതിനൊപ്പം രാഷ്ട്രീയാധികാരം പിടിച്ചെടുക്കേണ്ടതുണ്ടെന്നും അദ്ദേഹം പ്രസ്താവിച്ചു.

1945 സെപ്തംബറിൽ ഇന്ത്യയിൽ പൊതുതിരഞ്ഞെടുപ്പ് പ്രഖ്യാപിക്കപ്പെട്ടു. രണ്ടാംലോകമഹായുദ്ധത്തിന്റെ ലോകസാഹചര്യത്തിൽ നടക്കുന്ന തിരഞ്ഞെടുപ്പ് അതിന്റെ രാഷ്ട്രീയ പ്രാധാന്യം വർധിപ്പിച്ചു.

കോൺഗ്രസ് 'ക്വിറ്റ് ഇന്ത്യ' മുദ്രാവാക്യങ്ങളുമായി തിരഞ്ഞെടുപ്പ് പ്രചാരണം ആരംഭിച്ചു. ഹിന്ദുമഹാസഭയും മുസ്ലിംലീഗും തങ്ങളുടെ വിഭാഗീയ മുദ്രാവാക്യങ്ങളാണ് ഉയർത്തിപ്പിടിച്ചത്. പട്ടികജാതി ഫെഡറേഷനും തിരഞ്ഞെടുപ്പിൽ പങ്കെടുക്കുന്നുണ്ടായിരുന്നു. കീഴാളജനത ഭരണവർഗമായിത്തീർന്നാലേ തങ്ങളുടെ അവകാശങ്ങൾ സംരക്ഷിക്കപ്പെടുകയുള്ളൂയെന്ന് അംബേദ്കർ വിശ്വസിച്ചു.

ഫെഡറേഷന്റെ വിവിധ തിരഞ്ഞെടുപ്പുയോഗങ്ങളിലും തിരഞ്ഞെടുപ്പുമായി ബന്ധമില്ലാത്ത പല യോഗങ്ങളിലും ഹിന്ദുത്വത്തിന്റെ ആശയമണ്ഡലങ്ങളെ അതിനിശിതമായി അംബേദ്കർ വിമർശിച്ചു. അതിന്റെ പ്രത്യാഘാതം വളരെ വലുതായിരുന്നു. ഭീഷണിയും അസഭ്യവർഷങ്ങളുംകൊണ്ട് നിറഞ്ഞ നിരവധി കത്തുകൾ അദ്ദേഹത്തിന്റെ പേരിൽ വന്നു. ജീവന് ഭീഷണി ഉയർത്തുന്നതരത്തിലുള്ള കത്തുകളും അക്കൂട്ടത്തിലുണ്ടായിരുന്നു.

തിരഞ്ഞെടുപ്പിൽ പട്ടികജാതി ഫെഡറേഷൻ പരാജയപ്പെട്ടു. വിജയികളായ പ്രതിനിധികളെ ഉൾപ്പെടുത്തി പുതിയ ഗവൺമെന്റ് രൂപീകരിച്ചപ്പോൾ തന്റെ മന്ത്രിസഭാപ്രവർത്തകരെ പിരിച്ചുവിട്ടു. അംബേദ്കർ ന്യൂഡൽഹിയിൽനിന്ന് ബോംബെയിലേക്ക് മടങ്ങി.

അംബേദ്കർ ബോംബെയിൽ തിരിച്ചെത്തുമ്പോൾ അവിടം ജാതികലാപങ്ങളാൽ മുഖരിതമായിരുന്നു. അദ്ദേഹത്തിന്റെ മകൻ നടത്തിയിരുന്ന പ്രിന്റിങ് പ്രസ് അഗ്നിക്കിരയാക്കപ്പെട്ടിരുന്നു. ഇത് വലിയ പ്രതിഷേധങ്ങൾക്ക് കാരണമായി. സവർണരായ കോൺഗ്രസുകാരായിരുന്നു അക്രമങ്ങൾക്ക് പിന്നിൽ.

ഒരു സ്വപ്നം സഫലമാകുന്നു

സംഘർഷഭരിതമായ ഈ കാലഘട്ടത്തിൽത്തന്നെ 1946 ജൂൺ 26ന് അംബേദ്കറിന്റെ ഏറ്റവും ശക്തമായ ഒരാഗ്രഹമാണ് സഫലമായത്. കീഴാളജനതയുടെ വിദ്യാഭ്യാസനിലവാരം ഉയർത്തുന്നതിനുവേണ്ടി ഒരു വിദ്യാഭ്യാസ സ്ഥാപനം നടത്തുകയെന്നതായിരുന്നു അദ്ദേഹത്തിന്റെ സ്വപ്നം. അങ്ങനെ പീപ്പിൾസ് എജ്യൂക്കേഷൻ സൊസൈറ്റിയുടെ ആഭിമുഖ്യത്തിൽ 'സിദ്ധാർഥ കോളേജ്' സ്ഥാപിതമായി.

അയിത്തവിഭാഗത്തിന്റെ അവകാശപ്പോരാട്ടങ്ങൾ കൂടുതൽ ശക്തമായ കാലമായിരുന്നു അത്. കോൺഗ്രസിന്റെ നിലപാടുകൾ ഇന്ത്യയിലെ അധഃസ്ഥിതരുടെ താൽപ്പര്യങ്ങൾ സംരക്ഷിക്കുന്നതിനായിരുന്നില്ല. കോൺഗ്രസിലെ ദളിത് നേതാക്കന്മാർ തങ്ങളുടെ പ്രതിനിധികളല്ലെന്ന് കീഴാളജനത പ്രഖ്യാപിച്ചു. ക്യാബിനറ്റ് മിഷന്റെ നിർദേശങ്ങൾക്കെതിരെയും ദളിത് ജനത രൂക്ഷമായ സമരം അഴിച്ചുവിട്ടു. ക്യാബിനറ്റ് മിഷൻ വ്യവസ്ഥയനുസരിച്ച് ന്യൂഡൽഹിയിൽ സമ്മേളിക്കേണ്ട കോൺസ്റ്റിറ്റ്യുവന്റ് അംഗങ്ങളെ പ്രൊവിൻഷ്യൽ അസംബ്ലി തിരഞ്ഞെടുത്തുകൊണ്ടിരുന്നു.

അംബേദ്കറുടെ സ്ഥാനാർഥിത്വത്തെ പിന്താങ്ങാൻ ബോംബെ പ്രൊവിൻഷ്യൽ അസംബ്ലിയിൽ ആരുമുണ്ടായിരുന്നില്ല. ബംഗാൾ അസംബ്ലിയിലെ പട്ടികജാതി പ്രതിനിധിയാണ് അദ്ദേഹത്തിന്റെ പേരുനിർദേശിച്ചത്.

8

കോൺസ്റ്റിറ്റുവന്റ് അസംബ്ലിയിലേക്ക്

കോൺസ്റ്റിറ്റുവന്റ് അസംബ്ലിയിലേക്ക് അംബേദ്കർ തിരഞ്ഞെടുക്കപ്പെട്ടത് അദ്ദേഹത്തിന്റെ ജീവിതത്തിലെ പ്രധാനപ്പെട്ട ഒരു വഴിത്തിരിവായിരുന്നു.

ഒരു രാഷ്ട്രത്തിന്റെ ഹൃദയസ്പന്ദനങ്ങൾക്ക് അർത്ഥവും താളവും നൽകുവാനുള്ള അനിവാര്യമായ കടമയിലേക്കുള്ള കാൽവയ്പ്.

ഇതിനിടയിൽ രാഷ്ട്രീയാവകാശം നേടുന്നതിനായി 1946 ജൂലായ് 19ന് പട്ടികജാതി ഫെഡറേഷൻ ആരംഭിച്ച സമരം രണ്ടാഴ്ചയോളം പിന്നിട്ടിരുന്നു. ബോംബെയിലെ പൂനാ സമ്മേളനം തുടങ്ങുന്ന അന്നുതന്നെയാണ് സമരം തുടങ്ങിയത്. സമരം മൂലം അസംബ്ലി നിർത്തിവയ്ക്കേണ്ട

കോൺസ്റ്റിറ്റുവന്റ് അസംബ്ലി

സ്ഥിതിവിശേഷമുണ്ടായി. അവസാനം ഡോ. അംബേദ്കറുമായി ഒരു ധാരണയിലെത്തുവാൻ ബോംബെ കോൺഗ്രസ് കമ്മിറ്റിയുടെ അധ്യക്ഷനായ എസ് കെ പാട്ടീൽ തയാറായി. സിദ്ധാർഥ കോളേജിലായിരുന്നു കൂടിക്കാഴ്ച. അതോടൊപ്പം സർദാർ പട്ടേലുമായി ചർച്ച നടത്തിയെങ്കിലും ഒരു തീരുമാനത്തിലെത്തുവാൻ കഴിഞ്ഞില്ല.

1946 ആഗസ്റ്റ് 24ന് ഇടക്കാല മന്ത്രിസഭയിലേക്കുള്ള അംഗങ്ങളുടെ പേരുകൾ പ്രഖ്യാപിക്കപ്പെട്ടു. നെഹ്റു, പട്ടേൽ, ആസാദ്, രാജഗോപാലാചാരി, ശരത് ചന്ദ്രബോസ്, ജഗ് ജീവൻ റാം എന്നിവരായിരുന്നു അംഗങ്ങൾ. ജഗ് ജീവൻറാം ദളിത് വിഭാഗക്കാരനായിരുന്നു. ഇടക്കാലമന്ത്രിസഭയിൽ പട്ടികജാതിക്കാർക്ക് ഒരുസീറ്റുകൂടി നൽകണമെന്ന് അംബേദ്കർ വാദിച്ചു.

ഈ അവകാശത്തിനുവേണ്ടി നാഗ്പ്പൂരിൽ പട്ടികജാതി ഫെഡറേഷന്റെ നേതൃത്വത്തിൽ സത്യഗ്രഹസമരം ആരംഭിച്ചു. എണ്ണൂറിൽപ്പരം വാളണ്ടിയർമാർ അറസ്റ്റ് വരിച്ചു. സമരത്തിന്റെ പശ്ചാത്തലത്തിൽ കൂടുതൽ ചർച്ചകൾക്കായി അംബേദ്കർ ലണ്ടനിലേക്ക് യാത്രതിരിച്ചു. അവിടെ അദ്ദേഹം പ്രധാനമന്ത്രി ക്ലമന്റ് ആറ്റ്ലിയുമായും മറ്റ് ബ്രിട്ടീഷ് നേതാക്കളുമായും ചർച്ച നടത്തി. പക്ഷേ, യാതൊരു ഫലവുമുണ്ടായില്ല. ഇക്കാലത്താണ് അംബേദ്കറുടെ *ആരായിരുന്നു ശൂദ്രർ* (*Who where the Sudras*) എന്ന പുസ്തകത്തിന്റെ പ്രകാശനം നടക്കുന്നത്.

ശക്തമായ നിരീക്ഷണങ്ങൾകൊണ്ടും പഠനങ്ങൾകൊണ്ടും ശ്രദ്ധേയമായ ഈ പുസ്തകം വ്യാപകമായ വിമർശനങ്ങളെ നേരിടുകയുണ്ടായി.

ഒരു സ്വതന്ത്ര പരമാധികാര റിപ്പബ്ലിക്കിനായി

1946 ഡിസംബർ 9ാം തീയതി കോൺസ്റ്റിറ്റുവന്റ് അസംബ്ലി സമ്മേളിച്ചു. ഡോ. രാജേന്ദ്രപ്രസാദായിരുന്നു അധ്യക്ഷൻ. ഒരു സ്വതന്ത്ര പരമാധികാര റിപ്പബ്ലിക് എന്ന നെഹ്റുവിന്റെ പ്രമേയം ഏറെ ചർച്ചചെയ്യപ്പെട്ടു. എല്ലാവരുടെയും അഭിപ്രായപ്രകടനത്തിനുശേഷം എല്ലാ കണ്ണുകളും അംബേദ്കറുടെ നേരെയായി. അദ്ദേഹം എന്തുപറയുന്നു എന്നത് ഏറ്റവും നിർണായകമായിരുന്നു. കാരണം ആർക്കും അവഗണിക്കാനാവാത്തവിധം കീഴാളസമൂഹം അതിന്റെ രാഷ്ട്രീയകർതൃത്വം വെളിപ്പെടുത്തിക്കഴിഞ്ഞിട്ടുണ്ട്. അതിന്റെ ധീരമായ അടയാളമായി അംബേദ്കറുടെ സാന്നിധ്യം നിറഞ്ഞുനിൽക്കുന്ന രാഷ്ട്രീയ സന്ദർഭം.

അദ്ദേഹത്തിന്റെ ആത്മവിശ്വാസം നിറഞ്ഞുനിൽക്കുന്ന വാക്കുകൾ അസംബ്ലിഹാളിൽ മുഴങ്ങി:

> പണ്ഡിറ്റ് ജവഹർലാൽ നെഹ്റുവിന്റെ പ്രമേയത്തിന്റെ ആദ്യഭാഗം വിവാദപരമാണ്. രണ്ടാംഭാഗമാകട്ടെ, പീഡിതരായ ജനതയ്ക്ക് പ്രതിവിധി നിർദേശിക്കാതെ അവകാശങ്ങൾമാത്രം നിർവചിക്കു

ന്നതായിരുന്നു. അതുകൊണ്ടുതന്നെ അതൊരു പാണ്ഡിത്യപ്രകടനം മാത്രമായിപ്പോയി. നമ്മൾ രാഷ്ട്രീയമായും സാമ്പത്തികമായും സാമൂഹ്യമായും ഭിന്നിച്ചു നിൽക്കുന്നവരാണെങ്കിലും ഒരു രാഷ്ട്രമെന്ന നിലയിൽ ഒന്നിക്കുന്നതിനെ തടസപ്പെടുത്താൻ ലോകത്തിലൊരുശക്തിക്കും സാധ്യമല്ല എന്ന് ഞാൻ വിശ്വസിക്കുന്നു. വ്യത്യസ്ത ജാതികളും മതങ്ങളുമൊക്കെ നിലനിൽക്കുന്നുണ്ടെങ്കിലും ഒരു സംഘടിത ജനതയായിത്തീരുമെന്ന് പറയാൻ എനിക്ക് ഒട്ടും സന്ദേഹമില്ല.

മുസ്ലിങ്ങളെ അടിച്ചമർത്തി അവരുടെ അറിവോ സമ്മതമോ കൂടാതെ തയാറാക്കുന്ന ഒരു ഭരണഘടനയ്ക്ക് വഴങ്ങാൻ അവരെ നിർബന്ധിതരാക്കുന്നത് ഒരു യുദ്ധത്തിലേക്കുള്ള വഴിയായിരിക്കും. അധികാരം നൽകുക എളുപ്പമാണ്, ജ്ഞാനം നൽകുക വിഷമമാണ്. നമുക്ക് അധികാരം മാത്രമല്ല ഇവിടുത്തെ എല്ലാ വിഭാഗക്കാരെയും നമ്മോടൊപ്പം കൊണ്ടുപോകാൻ കഴിയണം.

അംബേദ്കറുടെ വാഗ്മിത്വം എല്ലാവരിലും മതിപ്പുളവാക്കി. എതിരെ ഉയർന്ന കൈകൾ അഭിനന്ദനത്തിന്റെ കരഘോഷമുയർത്തി.

അംബേദ്കറുടെ അഭ്യർഥനപ്രകാരം പ്രമേയത്തെ സംബന്ധിച്ച പരിഗണന മാറ്റിവയ്ക്കുകയും 1947 ജനുവരി 20ന് പാസാക്കപ്പെടുകയുമാണുണ്ടായത്.

പീപ്പിൾ എജ്യൂക്കേഷൻ സൊസൈറ്റിയുടെ കാര്യങ്ങൾ നോക്കിനടത്തുവാനായി അദ്ദേഹം മുംബൈയിലേക്ക് തിരിച്ചുപോയി. കീഴാളജനതയും സവർണ കോൺഗ്രസും തമ്മിലുള്ള സംഘർഷം അപ്പോഴും അവസാനിച്ചിരുന്നില്ല. മുംബൈയിലെ കീഴാളവർഗ നേതാവായ ദേവ രാഖാകറെ ജനുവരി ആദ്യവാരം കൊലചെയ്യപ്പെട്ടിരുന്നു.

അംബേദ്കറുടെ വീട് ആക്രമികൾ വളഞ്ഞിരിക്കുകയാണെന്നും അതിനാൽ തൽക്കാലം വീട്ടിലേക്ക് പോകേണ്ടെന്നും ഒരാൾ സിദ്ധാർഥ കോളേജിൽവച്ച് അറിയിച്ചു. തന്റെ മകനും ജീവനുതുല്യം സ്നേഹിക്കുന്ന തന്റെ പുസ്തകങ്ങളും അപകടത്തിലായിരിക്കുമ്പോൾ സ്വന്തം ജീവൻ രക്ഷിക്കാൻ ശ്രമിക്കുന്നത് ഭീരുത്വമാണെന്ന് പറഞ്ഞുകൊണ്ട് അദ്ദേഹം വീട്ടിലേക്കുമടങ്ങി.

1948 ജൂൺമാസത്തോടെ ഇന്ത്യയുടെ ഭരണം ഇന്ത്യയിൽ നിലവിൽവരുന്ന കേന്ദ്രഗവൺമെന്റിലേക്കോ, പ്രാദേശിക ഗവൺമെന്റിലേക്കോ കൈമാറുമെന്ന് ബ്രിട്ടീഷ് ഗവണ്മെന്റ് പ്രഖ്യാപിച്ചു. ഈ സന്ദർഭത്തിൽ അംബേദ്കർ ഭരണഘടനാപരമായ തന്റെ അഭിപ്രായങ്ങൾ കോൺസ്റ്റിറ്റുവന്റ് അസംബ്ലിയിൽ അവതരിപ്പിക്കാൻ തീരുമാനിച്ചു. 1947 മാർച്ചിൽ അദ്ദേഹം ഒരു മെമ്മോറാണ്ടം തയാറാക്കി. പട്ടികജാതിക്കാർക്ക് സീറ്റു സംവരണം ചെയ്തിട്ടുള്ള നിയോജകമണ്ഡലങ്ങളിൽ മാത്രം അവർക്ക് പ്രത്യേക വോട്ടവകാശം ഉണ്ടായിരുന്നാൽ മതിയെന്നും മറ്റുള്ളവയിൽ

അവർ കൂട്ടായി വോട്ടുചെയ്യേണ്ടതാണെന്നും ഈ മെമ്മോറാണ്ടത്തിൽ നിർദേശിച്ചിരുന്നു. 'സ്റ്റേറ്റ് ആന്റ് മൈനോറിറ്റീസ്' എന്ന പേരിൽ ഈ മെമ്മോറാണ്ടം ഒരു ലഘുലേഖയായി പ്രസിദ്ധീകരിച്ചു. ഇന്ത്യൻ യൂണിയനുവേണ്ടി അദ്ദേഹം തയാറാക്കിയ ഭരണഘടനയുടെ പ്രാഥമികരൂപമായിരുന്നു അത്.

സാമൂഹ്യപരിഷ്കാരത്തിന് മുൻതൂക്കം കൊടുത്തുകൊണ്ടുള്ള സങ്കൽപ്പനമായിരുന്നു അംബേദ്കർക്കുണ്ടായിരുന്നത്. സോഷ്യലിസ്റ്റ് ആശയങ്ങളോട് അദ്ദേഹത്തിന് എതിർപ്പുണ്ടായിരുന്നില്ല.

1947 ഏപ്രിൽ 29ന് എല്ലാവിധത്തിലുമുള്ള അയിത്തവും നിരോധിച്ചതായി കോൺസ്റ്റിറ്റുവന്റ് അസംബ്ലി പ്രഖ്യാപിച്ചു. അംബേദ്കറുടെ സ്വാധീനവും സാന്നിധ്യവുമാണ് ഈ പ്രഖ്യാപനത്തിന്റെ പ്രേരകശക്തിയായിത്തീർന്നത്.

1947 ആഗസ്ത് 15ന് ഇന്ത്യ സ്വതന്ത്രയായി. തിരുവിതാംകൂറും ഹൈദരാബാദും ഇന്ത്യൻ യൂണിയനിൽ ലയിക്കാൻ വിസമ്മതം പ്രകടിപ്പിച്ചപ്പോൾ അംബേദ്കർ കടുത്ത ഭാഷയിൽ ഇത്തരം നിലപാടുകളെ വിമർശിച്ചു. അവർ സ്വതന്ത്രമായി നിന്നാൽ ഐക്യരാഷ്ട്രസഭയുടെ അംഗീകാരവും സംരക്ഷണവും ലഭിക്കുമെന്നത് വെറും വ്യാമോഹം മാത്രമായിരിക്കുമെന്ന് അദ്ദേഹം പറഞ്ഞു.

ഇന്ത്യയുടെ ദേശീയപതാകയായി അശോകചക്രം ഉൾപ്പെട്ട ത്രിവർണപതാക 1947 ജൂലായ് 22ന് കോൺസ്റ്റിറ്റ്യൂവന്റ് അസംബ്ലി അംഗീകരിച്ചു. 1947 ജൂലായ് 15ന് ഇന്ത്യൻ ഇൻഡിപെൻഡന്റ് ആക്ട് ബ്രിട്ടീഷ് ഗവൺമെന്റ് പാസാക്കിയതോടെ കോൺസ്റ്റിറ്റുവന്റ് അസംബ്ലി ഒരു പരമാധികാര സമിതിയായി പരിണമിച്ചിരുന്നു. ബംഗാൾ വിഭജനത്തോടെ അവിടെനിന്നും തിരഞ്ഞെടുക്കപ്പെട്ട അംഗങ്ങളോടൊപ്പം അംബേദ്കറുടെ കോൺസ്റ്റിറ്റുവന്റ് അസംബ്ലി അംഗത്വം നഷ്ടപ്പെട്ടിരുന്നു. ഡോ. എം ആർ ജയകർ അസംബ്ലിയിൽനിന്ന് രാജിവച്ച ഒഴിവിലേക്ക് ബോംബെ നിയമസഭാ കോൺഗ്രസ് പാർട്ടി അംബേദ്കറെ തെരഞ്ഞെടുത്ത് മെമ്പർ സ്ഥാനം നിലനിർത്തുകയായിരുന്നു.

9

നിയമമന്ത്രി

സ്വതന്ത്ര ഇന്ത്യയിലെ മന്ത്രിസഭയിൽ നിയമമന്ത്രിയായി സ്ഥാന മേൽക്കാൻ നെഹ്റു അംബേദ്കറെ ക്ഷണിച്ചു. കോൺഗ്രസും അംബേദ്കറുമായി അഭിപ്രായവ്യത്യാസങ്ങൾ നിലനിൽക്കുന്നുവെങ്കിലും അദ്ദേഹത്തിന്റെ ബുദ്ധിശക്തിയും സംഘടനാപാടവവും ആത്മാർഥതയും അവർക്ക് ആവശ്യമായിരുന്നു. അങ്ങനെ അധഃസ്ഥിത വർഗത്തിൽനിന്ന് ഒരാൾ ചരിത്രത്തിലാദ്യമായി ഇന്ത്യയുടെ കേന്ദ്രമന്ത്രിയായി.

ഭരണഘടന ഡ്രാഫ്റ്റിങ് കമ്മിറ്റി

1947 ആഗസ്ത് 29ന് കോൺസ്റ്റിറ്റുവന്റ് അസംബ്ലി ഭരണഘടന എഴുതിയുണ്ടാക്കാൻ ഒരു ഡ്രാഫ്റ്റിങ് കമ്മിറ്റി രൂപീകരിച്ചു. ഇതിന്റെ ചെയർമാനായി അംബേദ്കർ നിയോഗിക്കപ്പെട്ടു. എൻ മാധവറാവു, സയ്യദ് എം സാദുള്ള, സർ അല്ലാടി കൃഷ്ണസ്വാമി, ടി ടി കൃഷ്ണമാചാരി തുടങ്ങിയവരായിരുന്നു ഡ്രാഫ്റ്റിങ് കമ്മിറ്റിയംഗങ്ങൾ.

ഏതുദേശത്താണോ താൻ ബഹിഷ്കൃതനായത്, ഏത് ജനതയാണോ തന്നെ അടിച്ചമർത്തിയത് ആ ദേശത്തിന്റെ, ആ ജനതയുടെ രാഷ്ട്രത്തിന്റെ ഭരണഘടന തയാറാക്കേണ്ട ചുമതല തന്റെ കൈയിൽ എത്തിയിരിക്കുകയാണ്.

സവർണഹിന്ദുത്വത്തിന്റെ ദുർഗന്ധം വമിക്കുന്ന നിയമസംഹിതയായ *മനുസ്മൃതി*യെ അക്ഷരാർഥത്തിൽ ചുട്ടുകരിച്ച അംബേദ്കർ തന്നെയാണ് ആധുനിക ജനാധിപത്യ ഇന്ത്യയുടെ ഭരണഘടനാശിൽപ്പിയെന്നുള്ളത് ചരിത്രപരമായ വലിയ ശരികളിലൊന്നായി കണക്കാക്കപ്പെടുന്നു.

ഈ പദവികൾ വഹിക്കുമ്പോഴും തന്റെ വിദ്യാഭ്യാസപ്രവർത്തന

ങ്ങൾക്ക് അദ്ദേഹം ഒരു മുടക്കവും വരുത്തിയില്ല. തന്റെ വിദ്യാഭ്യാസ സ്ഥാപനമായ സിദ്ധാർഥ കോളേജിന്റെ വികസനകാര്യങ്ങളിൽ അദ്ദേഹം ശ്രദ്ധിച്ചിരുന്നു.

1947 സെപ്തംബർ 25ന് കോളേജിലെ പാർലമെന്ററി ഇൻസ്റ്റിറ്റ്യൂഷൻ അംബേദ്കർ ഉദ്ഘാടനം ചെയ്തു. യുവതലമുറ പ്രസംഗം ഒരു കലയായി വളർത്തിയെടുക്കേണ്ടതുണ്ടെന്ന് അദ്ദേഹം തന്റെ പ്രസംഗത്തിൽ ഊന്നിപ്പറഞ്ഞു. ഒരു ജനാധിപത്യ സാമൂഹ്യക്രമത്തിൽ ഏതൊരാൾക്കും പറയുവാനുള്ള കാര്യങ്ങൾ ആത്മാഭിമാനത്തോടെ കാര്യകാരണസഹിതം അവതരിപ്പിക്കുവാനും, പറയുവാനുമുള്ള കഴിവുണ്ടാകണം. വിദ്യാർഥികൾ അത്തരം കഴിവുകൾ നേടിയെടുക്കേണ്ടതുണ്ടെന്നും, ജനങ്ങൾ അഭിമുഖീകരിക്കുന്ന പ്രശ്നങ്ങൾക്ക് പരിഹാരം കണ്ടെത്താനുള്ള കഴിവ് അവർക്കുണ്ടാകണമെന്നും അദ്ദേഹം പറഞ്ഞു.

വിഭജനത്തിന്റെ മുറിവുകൾ

മനുഷ്യഹൃദയങ്ങളിൽ ആഴത്തിലുള്ള മുറിവുകൾ നൽകിക്കൊണ്ടായിരുന്നു വിഭജനം സംഭവിച്ചത്. മനുഷ്യരക്തത്തിന്റെ നിലവിളികൾക്കിടയിലൂടെയാണ് രണ്ട് രാഷ്ട്രങ്ങൾ സ്ഥാപിക്കപ്പെട്ടത്.

ഒരു മതനിരപേക്ഷ ജനാധിപത്യ ഇന്ത്യയുടെ രൂപീകരണം സ്വപ്നം കണ്ടിരുന്ന അംബേദ്കറുടെ മനസ്സ് വിഭജനത്തിൽ ഏറെ വേദനിച്ചു. അദ്ദേഹത്തിന്റെ ആരോഗ്യം ക്ഷയിച്ചുകൊണ്ടിരുന്നു. എങ്കിലും അതൊന്നും വകവയ്ക്കാതെ ഭരണഘടന എഴുതിയുണ്ടാക്കുന്നതിൽ മാത്രമായിരുന്നു അദ്ദേഹത്തിന്റെ ശ്രദ്ധ. തന്റെ ജനതയ്ക്ക് പ്രയോജനം ലഭിക്കാനുള്ള ഒരവസരമായി അംബേദ്കർ ഇതിനെ കരുതി.

സവർണരുടെ കൈകളിൽ ഈ അവസരം എത്തിപ്പെട്ടുവെങ്കിൽ അധഃസ്ഥിതരുടെ സ്ഥിതിയിൽ ഒരു മാറ്റവും ഉണ്ടാക്കാൻ കഴിയുമായിരുന്നില്ലെന്ന് അദ്ദേഹത്തിന് നന്നായറിയാമായിരുന്നു.

ഭരണഘടന തയാറാക്കാനുള്ള അവസരം ലഭിച്ചിട്ടും ജാതിവ്യവസ്ഥ അവസാനിപ്പിക്കാനുള്ള കാര്യമായ വകുപ്പുകൾ എന്തുകൊണ്ട് എഴുതിച്ചേർത്തില്ലെന്ന് ചിലർ പിൽക്കാലത്ത് അദ്ദേഹത്തോട് ചോദിച്ചു. ഇന്ത്യൻ സാമൂഹിക-സാമ്പത്തിക വ്യവസ്ഥയെക്കുറിച്ചും അതിന്റെ രാഷ്ട്രീയ മേൽക്കോയ്മയുടെ വർഗസ്വഭാവത്തെക്കുറിച്ചും മനസിലാക്കിയാൽ ഇത്തരം ചോദ്യം ഉയർന്നുവരില്ല.

ജാതി ഹിന്ദുസമൂഹത്തിൽനിന്ന് വേറിട്ട ഒരു സ്വത്വം അധഃസ്ഥിതർക്കില്ല എന്ന് വിശ്വസിക്കുന്ന ബഹുഭൂരിപക്ഷം വരുന്ന സവർണ ദേശീയ നേതൃത്വത്തിന്റെ കൈകളിൽ എത്തപ്പെട്ട രാഷ്ട്രീയാധികാരത്തിൻ കീഴിൽത്തന്നെയായിരുന്നു അംബേദ്കറുടെ ഭരണഘടനാ നിർമാണവും നടന്നിരുന്നത്.

ഭരണഘടനയുടെ കരടുരൂപം തയാറാക്കുന്നതിൽ അംബേദ്കറോട് സഹകരിച്ചിരുന്ന ശങ്കരാനന്ദ ശാസ്ത്രി അതിന്റെ പിന്നാമ്പുറത്തുനടന്ന

ചിലവസ്തുതകൾ വിവരിക്കുന്നുണ്ട്: "ഭരണഘടനയുടെ കരട് നിർമാണസമിതി പട്ടികജാതി/വർഗങ്ങൾക്കുള്ള സംവരണത്തെ സംബന്ധിക്കുന്ന ഭാഗം ഒഴികെ ബാക്കിയെല്ലാം പൂർത്തിയാക്കി. സംവരണത്തെ സംബന്ധിക്കുന്ന കാര്യങ്ങൾ അംബേദ്കർ ഉന്നയിച്ചു. നെഹ്റു, പട്ടേൽ തുടങ്ങിയ ഉയർന്ന നേതാക്കളെല്ലാം അതിനെ എതിർത്തു. ചില ബാഹ്യസമ്മർദം അതിനു പിന്നിലുണ്ടായിരുന്നു. എന്നാൽ അംബേദ്കർ പട്ടികജാതി/വർഗ പിന്നോക്കവിഭാഗങ്ങളുടെ അവകാശങ്ങൾ ഭരണഘടനയിൽ ഉൾപ്പെടുത്തുവാൻ ശക്തമായി വാദിച്ചു. പക്ഷേ, യാതൊരു ഫലവുമുണ്ടായില്ല. ഇതിൽ പ്രതിഷേധിച്ച് അംബേദ്കർ ഭരണഘടന നിർമാണസമിതിയുടെ യോഗങ്ങളിൽനിന്ന് വിട്ടുനിന്നു.

നെഹ്റു

കോൺസ്റ്റിറ്റുവന്റ് അസംബ്ലിയിൽ പട്ടികജാതിക്കാരായി 27 അംഗങ്ങൾ ഉണ്ടായിരുന്നെങ്കിലും ആരും അദ്ദേഹത്തിനനുകൂലമായി ശബ്ദിച്ചില്ല. ഞാൻ ഈ അംഗങ്ങളെ നേരിട്ടുകണ്ട് അംബേദ്കറുടെ പ്രതിഷേധസമരത്തിന്റെ പ്രാധാന്യം ബോധ്യപ്പെടുത്തി. സവർണവിഭാഗത്തിന്റെ പാവകളായിത്തീർന്ന ഇവർ നിശ്ശബ്ദരായി ഇരുന്നതേയുള്ളൂ.

നെഹ്റുവും മറ്റും അംബേദ്കറുടെ പ്രതിഷേധത്തിന്റെ ഗൗരവം മനസിലാക്കിയിരുന്നു. അതുകൊണ്ടുതന്നെ അദ്ദേഹവുമായി ചർച്ചചെയ്ത് ഒരു ധാരണയിലെത്തി. അതിനുശേഷമാണ് പട്ടികജാതി/വർഗ വിഭാഗങ്ങളെ സംബന്ധിക്കുന്ന അധ്യായം ഭരണഘടനയിൽ എഴുതിച്ചേർക്കുന്നത്.

യഥാർഥത്തിൽ ഇന്ത്യൻ ബൂർഷ്വാസിയുടെ സഹാനുഭൂതിയിൽ നിന്നോ, ഔദാര്യത്തിൽനിന്നോ അല്ല ഇത്തരം അവകാശങ്ങൾ ഉണ്ടായതെന്ന് ഈ സംഭവങ്ങൾ വ്യക്തമാക്കുന്നു.

പൂനാ പാക്ടോടുകൂടി നഷ്ടമായ അധഃസ്ഥിത വിഭാഗത്തിന്റെ ഇരട്ടവോട്ടവകാശവും, പ്രത്യേക നിയോജകമണ്ഡലവും ഭരണഘടനയിലൂടെ നടപ്പാക്കാൻ അംബേദ്കർ ശ്രമിച്ചിരുന്നു. എന്നാൽ ഇന്ത്യൻ സവർണ ഫ്യൂഡൽവർഗം അതിനെ പരാജയപ്പെടുത്തുകയാണുണ്ടായത്.

ഭരണരംഗത്ത് നിലയുറപ്പിച്ചുകൊണ്ട് ഇന്ത്യൻ സാമൂഹ്യാവസ്ഥയിൽ എന്തെങ്കിലും മാറ്റം വരുത്താനാവുമോയെന്നാണ് അദ്ദേഹം ശ്രമിച്ചത്.

1948 ജനുവരി 30ന് മഹാത്മാഗാന്ധി ഒരു ആർ എസ് എസുകാരന്റെ തോക്കിൽനിന്നും ഉതിർന്ന വർഗീയബുള്ളറ്റിനാൽ രക്തസാക്ഷിയായി. ലോകമനഃസാക്ഷി സ്തബ്ധരായി നിന്നുപോയ ആ ചരിത്രമുഹൂർത്തം അംബേദ്കറെ ഏറെ വേദനിപ്പിച്ചു.

രണ്ടാം വിവാഹം

ഭരണഘടനയുടെ കരട് രൂപം 1948 ഫെബ്രുവരി അവസാനവാരം അസംബ്ലിയിൽ സമർപ്പിക്കപ്പെട്ടു. അംബേദ്കർ ശാരീരികമായി ഏറെ ക്ഷീണിതനായ ഘട്ടമായിരുന്നു അത്. ഈ സായാഹ്നകാലത്ത് തനിക്ക് താങ്ങായി ഒരു ജീവിതപങ്കാളി വേണമെന്ന ആഗ്രഹം മനസിൽ മുള പൊട്ടാൻ തുടങ്ങിയിരുന്നു.

കൂടുതൽ വിശ്രമവും ചികിത്സയും ആവശ്യമാണെന്ന ഘട്ടത്തിൽ അദ്ദേഹം ബോംബെയിലേക്ക് തിരിച്ചുപോന്നു. അവിടെ ആശുപത്രിയിൽ ചികിത്സയിൽ കഴിയവേ ഡോ. സവിത കബീറുമായി പരിചയത്തിലായി. തന്റെ ആരോഗ്യം മോശമായി വരികയാണെന്ന് അദ്ദേഹം മനസിലാക്കിയിരുന്നു. ഒരുവർഷക്കാലമായി രാത്രിയിൽ വന്നെത്തുന്ന ശരീരവേദന അദ്ദേഹത്തെ വല്ലാതെ തളർത്തി. ഇൻസുലിൽ ഇഞ്ചക്ഷനോടൊപ്പം ഹോമിയോപ്പതി ചികിത്സയും നടത്തിയിരുന്നു. രണ്ടും ആശ്വാസം നൽകിയില്ല.

ഡോ. അംബേദ്കറും ഡോ. സവിതയും

1948 ജനുവരിയിൽ കാലിൽ വേദന തുടങ്ങി. പരിചാരകരുടെ ശുശ്രൂഷയൊന്നും വേണ്ടത്ര ഫലം കണ്ടില്ല. വിദ്യാസമ്പന്നയും മെഡിക്കൽ പ്രാക്ടീഷണറായ ഒരു ജീവിതപങ്കാളിയെ ആയിരുന്നു അദ്ദേഹത്തിനപ്പോൾ ആവശ്യം. അങ്ങനെയാണ് അദ്ദേഹത്തെ ചികിത്സിച്ചുകൊണ്ടിരുന്ന ഡോ. സവിതയെ തന്റെ ജീവിതത്തിലേക്ക് ക്ഷണിക്കുന്നത്. ഈ ബന്ധത്തെപ്പറ്റി അദ്ദേഹം ഇങ്ങനെ എഴുതി: "ഇത് സദാചാരവിരുദ്ധമാണെന്ന് ഞാൻ കരുതുന്നില്ല. ആരും പരാതിപ്പെടേണ്ടതില്ല; മകൻ യശ്വന്ത് പോലും."

1948 ഏപ്രിൽ 15ന് തന്റെ 56ാംവയസിൽ ന്യൂഡൽഹിയിൽവച്ച് ഡോ. അംബേദ്കറും ഡോ. സവിതയും വിവാഹിതരായി.

ദി അൺ ടച്ചബിൾസ്

ഇക്കാലത്താണ് *ദി അൺടച്ചബിൾസ്* എന്ന പുസ്തകം പ്രസിദ്ധീകരിക്കപ്പെടുന്നത്. കീഴാളസമൂഹം അസ്പൃശ്യരായതെങ്ങനെയെന്നുള്ളതിന്റെ ചരിത്ര സാഹചര്യങ്ങളെ വിലയിരുത്തുന്നതാണ് ഈ കൃതി.

പ്രധാനമായും രണ്ട് കാര്യങ്ങളാണ് ഇതിനാധാരമായി അംബേദ്കർ മുന്നോട്ടുവച്ചത്:

ഒന്ന്: അസ്പൃശ്യരാക്കപ്പെട്ട ജനത ബുദ്ധമത അനുയായികളായിരുന്നതിനാൽ ബ്രാഹ്മണർക്ക് അവരോട് അവജ്ഞയും വിദ്വേഷവുമുണ്ടായി.

രണ്ട്: മറ്റുള്ളവർ ഗോമാംസ ഭക്ഷണം നിർത്തിയശേഷവും ഈ സമൂഹം അത് പിന്തുടർന്നു.

ബുദ്ധമതത്തിന്റെ ആവിർഭാവത്തോടെ ബ്രാഹ്മണർക്ക് പദവികളും അധികാരവും നഷ്ടമാവാൻ തുടങ്ങി. സാധാരണ സമൂഹത്തിന്റെ ഹൃദയത്തിൽ സ്ഥാനമുറപ്പിക്കാൻ ബുദ്ധമതത്തിന് കഴിഞ്ഞിരുന്നു. മാംസഭക്ഷണം ശീലമാക്കിയിരുന്ന ബ്രാഹ്മണ പൗരോഹിത്യത്തിന്റെ മേൽക്കോയ്മ തകരുവാൻ തുടങ്ങി. ഈ സന്ദർഭത്തിൽ നഷ്ടപ്പെട്ട സാമൂഹികവും സാംസ്കാരികവുമായ അധികാരം വീണ്ടെടുക്കാൻ ബ്രാഹ്മണർ ഗോമാംസഭക്ഷണം ഉപേക്ഷിക്കുകയും ബൗദ്ധജീവിതരീതികൾ അനുകരിക്കുകയും ചെയ്തു. ഇങ്ങനെ സ്വാംശീകരണത്തിലൂടെ ഒരു പ്രതിവിപ്ലവം നടത്തുകയായിരുന്ന ബ്രാഹ്മണമതം അതിനെതിരെ നിലകൊണ്ട ജനതയെ അസ്പൃശ്യരാക്കിത്തീർക്കുകയാണുണ്ടായത്. ഇതായിരുന്നു അംബേദ്കറുടെ നിഗമനം.

അദ്ദേഹത്തിന്റെ രചനാശൈലി ആരെയും വിസ്മയിപ്പിക്കുന്നതാണ്. അവതരിപ്പിക്കുന്ന വിഷയത്തെ മൂർച്ചയേറിയ ഭാഷകൊണ്ട് മികവുറ്റതാക്കുന്നതിനൊപ്പം ആഴത്തിലുള്ള വിശകലനപാടവവും അദ്ദേഹത്തിന്റെ കൃതികളെ വേറിട്ടതാക്കുന്നു.

വിജ്ഞാനത്തിന്റെ വിരസമായ വിളമ്പലായിരുന്നില്ല അംബേദ്കർക്ക് എഴുത്ത്. അന്വേഷണത്തിന്റെ പുതിയ സാധ്യതകളിലേക്ക് നയിക്കുന്ന സർഗവിസ്മയമായിരുന്നു അദ്ദേഹത്തിന്റെ രചനകൾ. അംബേദ്കർ കൃതികൾ ഇന്ന് മലയാളത്തിൽ ലഭ്യമാണ്. എന്നാൽ അദ്ദേഹത്തിന്റെ രചനകൾ ഇവിടെ വേണ്ടവിധം പഠിക്കപ്പെട്ടിട്ടില്ല.

സവിശേഷമായ ഇന്ത്യനവസ്ഥയുടെ ഉറവുകൾ തേടിയുള്ള യാത്രകൾ ഒരുപക്ഷേ, നമ്മെ അംബേദ്കറിൽ കൊണ്ടുചെന്നെത്തിച്ചേക്കാം. വരുംകാലം ഏറ്റവുമധികം പഠിക്കപ്പെടുകയും ചർച്ച ചെയ്യപ്പെടുകയും ചെയ്യുന്നത് അംബേദ്കർ കൃതികളായിരിക്കും.

10

ഭരണഘടനയും അംബേദ്കറും

ആയിരത്തി തൊള്ളായിരത്തി നാൽപ്പത്തിയെട്ട് ഫെബ്രുവരിയിൽ കോൺസ്റ്റിറ്റുവന്റ് അസംബ്ലിയിൽ ഭരണഘടനയുടെ കരടുരൂപം സമർപ്പിതമായെങ്കിലും ജനാഭിപ്രായത്തിനായി കുറച്ചു മാസങ്ങൾ നീക്കിവച്ചു. 1948 നവംബർ 4നാണ് അത് വീണ്ടും ചർച്ചയ്ക്കെടുക്കുന്നത്. കരട് ഭരണഘടനയിൽ 315 വകുപ്പുകളും 8 ഷെഡ്യൂളുകളും ഉണ്ടായിരുന്നു.

കരട് ഭരണഘടനയെക്കുറിച്ച് അംബേദ്കർ വിശദമായി ഒരു പ്രസംഗം നടത്തുകയുണ്ടായി. ഈ പ്രസംഗം ഭരണഘടനയെ സംബന്ധിച്ച് അസംബ്ലിയെ പ്രബുദ്ധരാക്കാൻ പോന്നതായിരുന്നു. അസംബ്ലിയിലെ അംഗങ്ങൾ അദ്ദേഹത്തിന്റെ ധൈഷണികതയെ അഭിനന്ദിച്ചു. തുടർന്ന് ഭരണഘടനാവകുപ്പുകളെക്കുറിച്ച് ചർച്ച നടത്തുകയും അവ ഓരോന്നായി പാസാക്കപ്പെടുകയും ചെയ്തു. അയിത്തം നിരോധിക്കുന്നുവെന്ന് പ്രഖ്യാപിക്കുന്ന ഭരണഘടനയുടെ 11ാം വകുപ്പ് 1948 നവംബർ 29ന് നീണ്ട കരഘോഷത്തോടെയാണ് പാസാക്കപ്പെട്ടത്.

ഭരണഘടനയുടെ ആത്മാവും ഹൃദയവും മൗലികാവകാശങ്ങളെ സംബന്ധിച്ച് പാർലമെന്റിന്റെയും സുപ്രീംകോടതിയുടെയും അധികാരം നിർവഹിക്കുന്നതുമായി ബന്ധപ്പെട്ട 32ാം വകുപ്പാണെന്ന് അംബേദ്കർ പ്രസ്താവിച്ചു.

1949 നവംബർ 15ന് ഭരണഘടനയുടെ മൂന്നാംവായനയും നടന്നു. അംബേദ്കർ അതിന് മറുപടി പറയാൻ എഴുന്നേറ്റപ്പോൾ ഉച്ചത്തിലുള്ള കരഘോഷം മുഴങ്ങി.

അധഃസ്ഥിതജനതയുടെ അവകാശങ്ങൾക്കുവേണ്ടിയാണ് താൻ അസംബ്ലിയിൽ വന്നതെന്ന് അദ്ദേഹം അവിടെ തുറന്നുപറഞ്ഞു. ഒരു തുള്ളി രക്തം അവശേഷിക്കുംവരെ നമ്മുടെ സ്വാതന്ത്ര്യം കാത്തുസൂ

ഭരണഘടന ഡ്രാഫ്റ്റിങ് കമ്മിറ്റി

ക്ഷിക്കാൻ നാം പ്രതിജ്ഞയെടുക്കണമെന്ന് അദ്ദേഹം അഭ്യർഥിച്ചു. "വീരാരാധന ജനാധിപത്യത്തെയും സ്വാതന്ത്ര്യത്തെയും അപകടപ്പെടുത്തും. അത് സമഗ്രാധിപത്യത്തിലേക്ക് നയിക്കപ്പെടും. സ്വാതന്ത്ര്യവും, സമത്വവും സാഹോദര്യത്വവും വേർപിരിയാത്തതാണ്. ഇന്ത്യൻ സമൂഹത്തിൽ ഇവയില്ലായിരുന്നു എന്ന കാര്യം മറക്കരുത്."

വികാരവും വിവേകവും സമ്മേളിച്ചതായിരുന്നു അംബേദ്കറിന്റെ പ്രസംഗം. അദ്ദേഹം ഇങ്ങനെ ഉപസംഹരിച്ചു:

> 1950 ജനുവരി 26ന് നാം വൈരുധ്യം നിറഞ്ഞ ഒരു ജീവിതത്തിലേക്ക് കടക്കുകയാണ്. രാഷ്ട്രീയത്തിൽ നമുക്ക് സമത്വമുണ്ടാകും. എന്നാൽ സാമൂഹിക-സാമ്പത്തിക ജീവിതത്തിൽ നമുക്കുണ്ടാവുക അസമത്വമായിരിക്കും. എത്രയും വേഗം ഈ വൈരുധ്യം ഇല്ലാതാക്കണം. അല്ലെങ്കിൽ അസമത്വം അനുഭവിക്കുന്നവർ ഈ സംവിധാനം തകർത്തുകളയും.

കോൺസ്റ്റിറ്റുവന്റ് അസംബ്ലി അധ്യക്ഷനായ ഡോ. രാജേന്ദ്രപ്രസാദ് പറഞ്ഞു:

> ഡ്രാഫ്റ്റിങ് കമ്മിറ്റിയിലെ അംഗങ്ങൾ, പ്രത്യേകിച്ച് ഡോ. അംബേദ്കർ ക്ഷയിച്ചുകൊണ്ടിരിക്കുന്ന തന്റെ ആരോഗ്യംപോലും മറന്നുകൊണ്ട് എന്തൊരു ശുഷ്കാന്തിയോടും അർപ്പണമനോഭാവത്തോടും കൂടിയാണ് പ്രവർത്തിച്ചത്! അദ്ദേഹത്തെ ഡ്രാഫ്റ്റിങ് കമ്മിറ്റിയിലേക്ക് എടുക്കുകയും ചെയർമാൻ സ്ഥാനം നൽകുകയും ചെയ്ത തീരുമാനം ഏറ്റവും ശരിയായിരുന്നു. ഇതുപോലെ യുക്തമായ ഒരു തീരുമാനം ഞങ്ങൾക്കൊരിക്കലും എടുക്കുവാൻ കഴിഞ്ഞിട്ടില്ല.

എന്നാൽ ചാതുർവർണ്യത്തിന്റെ ആളുകൾക്ക് ഇതൊന്നും മനസിലായിരുന്നില്ല. അവർ പ്രാചീനവും അപരിഷ്കൃതവുമായ അന്ധതയിൽ തന്നെ തുടർന്നു. ശങ്കരേശ്വരപീഠത്തിലെ ശങ്കരാചാര്യരുടെ ദൃഷ്ടിയിൽ അംബേദ്കറുടെ ഭരണഘടന 'ഭീംസ്മൃതി' ആയിരുന്നു!

ഹിന്ദു കോഡ്ബില്ല്

ഭരണഘടനാ നിർമാണദൗത്യം പൂർത്തീകരിച്ച് 1950 ജനുവരി 2ന് അംബേദ്കർ മുംബൈയിൽ തിരിച്ചെത്തി. ഹിന്ദു കോഡുബിൽ പാസാക്കിയെടുക്കുവാനായിരുന്നു അദ്ദേഹത്തിന്റെ അടുത്ത ശ്രമം (ഭാഗം 2 അധ്യായം 9 കാണുക). പിന്തിരിപ്പൻ സവർണഹിന്ദുത്വം ഈ ബില്ലിനെതിരെ തുറന്ന യുദ്ധം പ്രഖ്യാപിച്ചു.

ഇക്കാലത്തുതന്നെയാണ് അദ്ദേഹം ബുദ്ധമതപ്രചാരകനായി പ്രവർത്തിച്ചു തുടങ്ങുന്നത്. ബുദ്ധനെ ഒരു ഈശ്വരാവതാരമായല്ല അംബേദ്കർ കണ്ടത്. *ബുദ്ധ ആന്റ് ഹിസ് ധർമ* എന്ന പുസ്തകത്തിലാണ് ബുദ്ധമതത്തെ സംബന്ധിക്കുന്ന തന്റെ കാഴ്ചപ്പാട് അദ്ദേഹം അവതരിപ്പിക്കുന്നത്.

1950 മെയ് 25ന് അംബേദ്കർ കുടുംബസമേതം കൊളംബിയയിലേക്ക് പോയി. കൊളംബിയയിലെ അധഃസ്ഥിത സമൂഹത്തോട് ബുദ്ധമതം സ്വീകരിക്കാൻ അദ്ദേഹം ആഹ്വാനം ചെയ്തു. മടക്കയാത്രയിൽ തിരുവനന്തപുരം സന്ദർശിച്ചു. അവിടെ നിയമസഭാഹാളിൽ അംബേദ്കർ ഉജ്വലമായ ഒരു പ്രസംഗം നടത്തി. കേരളത്തിലെ ക്ഷേത്രങ്ങൾ സമ്പത്തും ഭക്ഷണപദാർത്ഥങ്ങളും ധൂർത്തടിക്കുന്നതായി അദ്ദേഹം അഭിപ്രായപ്പെട്ടു.

ഹിന്ദുകോഡ്ബില്ലിന്റെ പേരിൽ സവർണ നേതൃത്വം വലിയ ബഹളങ്ങൾ സൃഷ്ടിച്ചു. ബില്ല് അതേരൂപത്തിൽ പാസായാൽ ഹിന്ദുസമൂഹം ശിഥിലമായിപ്പോകും എന്നായിരുന്നു അവരുടെ വാദം. 1951 ഫെബ്രുവരി 5ന് അംബേദ്കർ ബില്ല് സഭയിൽ അവതരിപ്പിച്ചു. ബില്ലിനെപ്പറ്റി മൂന്നുദിവസം ചർച്ച നടന്നെങ്കിലും തീരുമാനമാകാതെ അടുത്ത സമ്മേളനത്തിലേക്ക് മാറ്റിവയ്ക്കപ്പെട്ടു.

പട്ടികജാതിക്കാരുടെ അവകാശങ്ങളോട് കേന്ദ്രഗവൺമെന്റ് നിസ്സംഗത പുലർത്തുകയാണെന്ന് ആരോപിച്ചുകൊണ്ട് അംബേദ്കർ പാർലമെന്റിനെ നിശിതമായി വിമർശിച്ചു. പ്രധാനമന്ത്രി നെഹ്റുവും അംബേദ്കറുടെ വാക്കുകളിൽ അതൃപ്തി രേഖപ്പെടുത്തി. മന്ത്രിസഭയിൽനിന്ന് അംബേദ്കർ രാജിവയ്ക്കണമെന്ന സമ്മർദമുണ്ടായി. ഹിന്ദു കോഡ് ബില്ല് പാസാക്കുകയെന്ന ലക്ഷ്യത്തിനുവേണ്ടി മാത്രമാണ് താൻ മന്ത്രിസഭയിൽ തുടരുന്നതെന്ന് അംബേദ്കർ പ്രസ്താവിച്ചു.

1951ൽ ന്യൂഡൽഹിയിൽ നടന്ന ബുദ്ധജയന്തി ആഘോഷത്തിൽ ബ്രാഹ്മണിസത്തെ അംബേദ്കർ നിശിതമായി വിമർശിച്ചു. സവർണർ നടത്തുന്ന ചില പത്രങ്ങൾ ഇക്കാര്യത്തിൽ അദ്ദേഹത്തെ വിമർശിച്ചെഴുതി.

അംബേദ്കറുടെ ശ്രദ്ധ മുഴുവൻ ഹിന്ദു കോഡ് ബില്ലിലായിരിന്നു. അതൊരു സാമൂഹിക–സാംസ്കാരിക വിപ്ലവത്തിന്റെ നാന്ദിയായി അദ്ദേഹം കണക്കാക്കി.

ആരോഗ്യനില മോശമായ അവസ്ഥയിൽ ചികിത്സപോലും മാറ്റിവച്ചുകൊണ്ട് ഈ ബില്ലിനുവേണ്ടി പടപൊരുതുകയായിരുന്നു അദ്ദേഹം. 1951 സെപ്തംബർ 17ാംതീയതി ബില്ല് പരിഗണനയ്ക്കെടുത്തു.

സവർണവിഭാഗത്തിന്റെ എതിർപ്പിലും, സമ്മർദത്തിലും ബില്ല് ഫലപ്രദമായി പാസാക്കപ്പെട്ടില്ല. അംബേദ്കറിനെ കടുത്ത നിരാശയിലാഴ്ത്തിയ സംഭവമായിരുന്നു അത്. "നാലുവകുപ്പുകൾ മാത്രം പാസാക്കി അതിനെ കൊന്നു കുഴിച്ചുമൂടി; ഒരിറ്റു കണ്ണീരോ, ചരമഗീതമോ ഇല്ലാതെ" എന്നാണ് അദ്ദേഹം അതിനെക്കുറിച്ച് പ്രതികരിച്ചത്.

മന്ത്രിക്കസേരയിൽ ഇരുന്നുകൊണ്ട് തനിക്കൊന്നും ചെയ്യാൻ കഴിയില്ലെന്ന ബോധ്യത്തിലേക്കാണ് അത് അദ്ദേഹത്തെ കൊണ്ടുചെന്നെത്തിച്ചത്. പരിമിതമായ ഭരണാധികാരത്തിലൂടെ ഇന്ത്യയിലെ കീഴാളജനതയ്ക്ക് എന്തെങ്കിലും ഗുണം ലഭിക്കുന്ന കാര്യങ്ങൾ ചെയ്യാൻ കഴിയുമെന്നായിരുന്നു അദ്ദേഹത്തിന്റെ പ്രതീക്ഷ. ആ പ്രതീക്ഷകളാണ് പരാജയപ്പെട്ടുകൊണ്ടിരിക്കുന്നത്. തന്റെ മന്ത്രിസ്ഥാനം രാജിവയ്ക്കാൻതന്നെ അദ്ദേഹം തീരുമാനിച്ചു.

മന്ത്രിസഭാതലത്തിൽ നിരവധി അവഗണനകളെ അദ്ദേഹത്തിന് നേരിടേണ്ടി വന്നിട്ടുണ്ട്. പ്രധാന തീരുമാനങ്ങൾ കൈക്കൊള്ളുന്ന ഒരു ക്യാബിനറ്റുകമ്മിറ്റിയിലും അംബേദ്കറെ അംഗമാക്കിയിരുന്നില്ല. ഇത്രയേറെ പ്രാഗത്ഭ്യമുള്ള ഒരാൾക്ക് കിട്ടേണ്ടിയിരുന്ന ഒരു പരിഗണനയും അദ്ദേഹത്തിന് ലഭിച്ചിരുന്നില്ല.

1951 സെപ്തംബർ 25ന് അംബേദ്കർ മന്ത്രിസ്ഥാനം രാജിവച്ചു. സഭയിൽ, രാജിയെ സംബന്ധിച്ച വിശദീകരണം വായിക്കുന്നതിന് മുമ്പായി ആ സ്റ്റേറ്റ്മെന്റിൽ അനാവശ്യമോ, അപ്രസക്തമോ ആയി എന്തെങ്കിലും ഉണ്ടോയെന്ന് പരിശോധിച്ച് നോക്കേണ്ടതുണ്ടെന്ന് ഡെപ്യൂട്ടി സ്പീക്കർ അനന്തശയനം അയ്യങ്കാർ വാദിച്ചു. തന്നെ സംസാരിക്കുന്നതിൽനിന്ന് തടയുന്നതിനാണ് സ്പീക്കറുടെ ഈ റൂളിങ്ങെന്ന് അംബേദ്കർ പറഞ്ഞു. ഒരു പാർലമെന്റ് മെമ്പർ എന്ന നിലയിൽ സഭയിൽ പറയാനുള്ള കാര്യങ്ങൾ എപ്പോൾ വേണമെങ്കിലും പറയാമെന്ന കാര്യം ആർക്കാണറിയാത്തത്. അംബേദ്കർ തന്റെ ഫയലുകളുമെടുത്ത് സഭവിട്ടിറങ്ങിപ്പോയി.

വെളിയിൽ കാത്തുനിന്ന പത്രക്കാർക്ക് അദ്ദേഹം തന്റെ സ്റ്റേറ്റുമെന്റിന്റെ കോപ്പികൾ നൽകി. സഭയിൽ വായിക്കാൻ അനുവദിക്കാതിരുന്ന ഈ സ്റ്റേറ്റ്മെന്റിന്റെ പ്രസക്തഭാഗങ്ങൾ താഴെ കൊടുക്കുന്നു:

> ലോകത്തെവിടെയും ഇന്ത്യയിലെ പട്ടികജാതിക്കാരുടെ അവസ്ഥയ്ക്ക് തുല്യമായ ഒരവസ്ഥയുണ്ടോ എന്ന് ഞാൻ അത്ഭുതപ്പെട്ടു. ഇന്ന് അവരുടെ നിലയെന്താണ്? എനിക്ക് കാണാൻ കഴിഞ്ഞിടത്തോളം അത് മുമ്പുണ്ടായിരുന്നതുപോലെ തന്നെയാണ്. ഒരുപക്ഷേ കുറെക്കൂടി മോശമായ അവസ്ഥയിൽ. എന്നാൽ ഇത്രയൊക്കെയായിട്ടും അധഃസ്ഥിതർക്ക് യാതൊരു രക്ഷാമാർഗവും നൽകാതിരുന്നത് എന്തുകൊണ്ടാണ്?... അസ്പൃശ്യരുടെ കാര്യത്തിൽ ഗവൺമെന്റ് കാണിക്കുന്ന അശ്രദ്ധയിൽ എനിക്ക് എന്റെ രോഷത്തെ നിയന്ത്രിക്കാനാവുന്നില്ല.

ഡോ. അംബേദ്കറുടെ രാജിയെപ്പറ്റി *ടൈംസ് ഓഫ് ഇന്ത്യ* ഇങ്ങനെ അഭിപ്രായപ്പെട്ടു:

> അനേകം നേട്ടങ്ങളുടെ ചരിത്രം പിന്നിൽ അവശേഷിപ്പിച്ചുകൊണ്ടാണ് അംബേദ്കർ ഗവൺമെന്റ് വിട്ടിറങ്ങിയത്. സൂക്ഷ്മദർശിയായ പണ്ഡിതനും പൊതുകാര്യങ്ങളിൽ കർമനിരതനുമായ ഈ ജനസേവകൻ മന്ത്രിസഭ വിട്ടുപോന്നത് അതിന്റെ തിളക്കത്തിന് മങ്ങലേൽപ്പിച്ചിരിക്കുകയാണ്.

മന്ത്രിസഭയിൽനിന്നും പുറത്തുവന്ന അംബേദ്കർ വെറുതെയിരുന്നില്ല. പ്രസംഗവേദിയിൽ അദ്ദേഹം കൂടുതൽ സജീവമായി. നെഹ്റു പട്ടികജാതിക്കാർക്കെതിരാണെന്ന് അദ്ദേഹം പ്രസ്താവിച്ചു. പട്ടികജാതി ഫെഡറേഷൻ കമ്യൂണിസ്റ്റ് രീതിയിലേക്ക് തിരിയേണ്ടതുണ്ടെന്ന് ലഖ്നോ യൂണിവേഴ്സിറ്റി വിദ്യാർഥികളുടെ ഒരു യോഗത്തിൽ അദ്ദേഹം അഭിപ്രായപ്പെടുകയുണ്ടായി.

1952 ജൂൺ 5ന് കൊളംബിയ യൂണിവേഴ്സിറ്റി അംബേദ്കറെ 'ഡോക്ടർ ഓഫ് ലോ' ബിരുദം നൽകിയാദരിച്ചു. ബോംബെയിലെ 'ക്രിക്കറ്റ് ക്ലബ്ബ് ഓഫ് ഇന്ത്യ' സംഘടിപ്പിച്ച സമ്മേളനത്തിൽ അദ്ദേഹം ഇങ്ങനെ പറഞ്ഞു:

> ഞാൻ കർക്കശ സ്വഭാവക്കാരനാണെന്ന് പറയപ്പെടുന്നു. പലപ്പോഴും അധികാരിവർഗവുമായി സംഘട്ടനത്തിലേർപ്പെടേണ്ടിവന്നിട്ടുണ്ടെങ്കിലും ഞാൻ ഇന്ത്യക്കെതിരെ എന്തെങ്കിലും സംസാരിക്കുമെന്ന് ആരും ആശങ്കപ്പെടേണ്ട. ഞാൻ ഒരിക്കലും, രാജ്യദ്രോഹിയായിരുന്നില്ല. രാജ്യത്തിന്റെ താൽപ്പര്യങ്ങളുടെ കാര്യത്തിൽ വട്ടമേശസമ്മേളനത്തിൽ ഞാൻ ഗാന്ധിയേക്കാൾ ഇരുന്നൂറ് മൈൽ മുമ്പിലായിരുന്നു.

1953 ജനുവരി 12ന് ഉസ്മാനിയ യൂണിവേഴ്സിറ്റി അദ്ദേഹത്തിന് 'ഡോക്ടർ ഓഫ് ലിറ്ററേച്ചർ' ബഹുമതി നൽകി. ഇന്നത്തെ തലമുറയ്ക്കോ ഭാവിതലമുറയ്ക്കോ ബുദ്ധന്റെയോ കാൾമാർക്സിന്റെയോ വഴി തെരഞ്ഞെടുക്കേണ്ടിവരുമെന്ന നിലപാടായിരുന്നു അദ്ദേഹത്തിനുണ്ടായിരുന്നത്. ഇന്ത്യൻ സാമൂഹ്യഘടനയ്ക്ക് ഉടൻ മാറ്റം വരുമെന്നും കമ്യൂണിസം പോലുള്ള ഒന്നായിരിക്കും ഇനി വരാൻപോകുന്നതെന്നും അദ്ദേഹം കീഴാളജനതയെ ഓർമപ്പെടുത്തി.

ഭൂമിയിൽ പണിയെടുക്കാത്തവരെ അദ്ദേഹം ശകാരിക്കാറുണ്ടായിരുന്നു. സമൂഹത്തിന്റെ വളർച്ചയിൽ അധ്വാനം വഹിക്കുന്ന പങ്ക് അദ്ദേഹം തിരിച്ചറിഞ്ഞിരുന്നു. ഇന്ത്യയിലെ ഉൽപ്പാദകവർഗമായ അധഃസ്ഥിതരുടെ സാമൂഹിക ഉയർച്ചയ്ക്കുവേണ്ടിയാണ് അദ്ദേഹം പടപൊരുതിയിരുന്നത്.

1954ൽ അയിത്തം (untouchability) ഉന്മൂലനം ചെയ്യുക എന്ന ലക്ഷ്യത്തോടെ അൺടച്ചിബിലിറ്റി (ഒഫൻസ്) ആക്ട് 1953 ബില്ല് അവതരിപ്പിക്കപ്പെട്ടു.

11

മതപരിവർത്തനം

ജാതിവ്യവസ്ഥ നിലനിൽക്കുന്ന ഇന്ത്യനവസ്ഥയിൽ മതപരിവർത്തനം കീഴാളജനതയുടെ കർതൃത്വ നിർമിതിയിൽ ഗണ്യമായ പങ്കു വഹിച്ചിട്ടുണ്ട്.

ചാതുർവർണ്യവും, ബ്രാഹ്മണ മേധാവിത്വവുംനിലനിൽക്കുന്ന ഹിന്ദുമതത്തിന്റെ ഓരങ്ങളിൽപ്പോലും സ്ഥാനമില്ലാതിരുന്ന ഒരു ജനതയുടെ സ്വത്വാവിഷ്കാരമായിരുന്നു അത്. ഈ അർഥത്തിൽ അംബേദ്കറുടെ മതപരിവർത്തനം വലിയൊരു സാംസ്കാരിക വിപ്ലവമായിരുന്നു.

1955 മെയ് മാസത്തിലാണ് താൻ ബുദ്ധമതം സ്വീകരിക്കുന്നതാണെന്നുള്ള പ്രഖ്യാപനം അംബേദ്കറിൽനിന്നുണ്ടാകുന്നത്.

അതിനുമുമ്പുതന്നെ ഇന്ത്യൻ ഭരണഘടനയിൽ ബുദ്ധമതതത്വങ്ങൾക്ക് പ്രാധാന്യം നൽകാൻ അദ്ദേഹം ശ്രമിച്ചിട്ടുണ്ട്. പാലിഭാഷയുടെ പഠനത്തിനുവേണ്ടി ഭരണഘടനയിൽ ഉൾപ്പെടുത്തിയ വ്യവസ്ഥകൾ, ഇന്ത്യയുടെ ഔദ്യോഗിക ചിഹ്നമായി അശോകചക്രം തെരഞ്ഞെടുത്തത് തുടങ്ങി സ്ഥൂലവും സൂക്ഷ്മവുമായ നിരവധി ഉദാഹരണങ്ങളുണ്ട്.

അംബേദ്കറുടെ ആരോഗ്യം അനുദിനം വഷളാവുകയായിരുന്നു. ഇതിനിടയിലും ബുദ്ധമതപ്രചാരണത്തിനായി അദ്ദേഹം സമയം ചെലവഴിച്ചു. ബ്രാഹ്മണ പൗരോഹിത്യവും ഹിന്ദുത്വവും നാമാവശേഷമാക്കിയ ബുദ്ധദർശനങ്ങൾ ഇന്ത്യയിൽ വീണ്ടും സജീവമാകുന്നത് അംബേദ്കറുടെ പ്രവർത്തനങ്ങൾ മൂലമാണ്. എന്തുകൊണ്ട് ബുദ്ധമതം എന്നതിന് അദ്ദേഹം ഇങ്ങനെ വിശദീകരിച്ചു. "ബുദ്ധമതം അന്ധവിശ്വാസത്തിനും പ്രകൃത്യാതീതശക്തികൾക്കുമെതിരായ അവബോധം, കരുണ, സമത്വം എന്നിവ പഠിപ്പിക്കുന്നു. നന്മനിറഞ്ഞതും, സന്തുഷ്ടവുമായ ജീവിതം നയിക്കുന്ന മനുഷ്യന് ഇതാണാവശ്യം. ഈശ്വരനോ, ആത്മാവിനോ സമൂഹത്തെ രക്ഷിക്കാനാവില്ല."

റിപ്പബ്ലിക്കൻ പാർട്ടി ഓഫ് ഇന്ത്യ എന്ന രാഷ്ട്രീയപാർട്ടി അദ്ദേഹം രൂപീകരിക്കുന്നത് ഇക്കാലത്താണ്. നടക്കാൻപോലുമാവാത്തവിധം അദ്ദേഹത്തിന്റെ ശാരീരികാവസ്ഥ ദുർബലമായിക്കൊണ്ടിരുന്നു. പ്രമേഹരോഗം രൂക്ഷമായി. ഈ പ്രതികൂലാവസ്ഥയിലാണ് സഹധർമിണി സവിതയുമൊത്ത് ബുദ്ധമതം സ്വീകരിക്കാൻ അദ്ദേഹം നാഗ്പ്പൂരിലെത്തുന്നത്.

1956 ഒക്ടോബർ 14ന് നാഗ്പ്പൂരിൽവച്ച് അഞ്ചുലക്ഷം ജനങ്ങളോടൊപ്പം ഡോ. അംബേദ്കർ ബുദ്ധമതം സ്വീകരിച്ചു. യഥാർഥത്തിൽ അതൊരു മതപരിവർത്തനമായിരുന്നില്ല. ബുദ്ധ–ജൈന പാത പിന്തുടർന്നിരുന്ന അടിമജനതയുടെ ആവിഷ്കാരമായിരുന്നു അത്. അധഃസ്ഥിത ജനതയെ 'ഹിന്ദു'ക്കളാക്കി മാറ്റിയത് 1881ലെ സെൻസസ് പ്രവർത്തനമാണ്. അതിനുമുമ്പൊരിക്കലും അവരെ ഹിന്ദുക്കളായി പരിഗണിക്കുകയോ, അവർ സ്വയം ഹിന്ദുക്കളായി കരുതുകയോ ചെയ്തിട്ടില്ല. സെൻസസ് സൗകര്യത്തിനായി 'ഹിന്ദു' എന്ന നിലയിലേക്ക് അവർ കൂട്ടിച്ചേർക്കപ്പെടുകയാണുണ്ടായത്.

അതുകൊണ്ട് കീഴാളസമൂഹം ബുദ്ധമതം സ്വീകരിക്കുമ്പോൾ അത് മതപരിവർത്തനം എന്നതിനപ്പുറമുള്ള മാനങ്ങളാണ് സൃഷ്ടിക്കുന്നത്.

അന്ത്യനിമിഷങ്ങൾ

1956 ഡിസംബർ 2ാംതീയതി ബുദ്ധന്റെ 2500ാം ജന്മദിനാഘോഷം നടക്കുന്ന ദിവസം തന്റെ വീട്ടുവളപ്പിലെ പുൽത്തകിടിയിലിരുന്ന് അംബേദ്കർ അനുയായികളുമായി ഏറെനേരം സംസാരിച്ചു. അവിടെയിരുന്നു തന്നെ ഭക്ഷണവും കഴിച്ചു. രാത്രി പത്തുമണിയോടെയാണ് ഉറങ്ങാൻ പോയത്. പിറ്റേന്ന് വളരെ ക്ഷീണിതനായിട്ടാണ് അദ്ദേഹം കാണപ്പെട്ടത്. അന്നു രാത്രി തന്റെ തോട്ടക്കാരന്റെ അസുഖവിവരമന്വേഷിച്ച് പോയി. അയാൾ മൂന്നുദിവസമായി സുഖമില്ലാതെ കിടപ്പിലായിരുന്നു.

1956 ഡിസംബർ 4ാംതീയതി രാജ്യസഭാ നടപടികളിൽ കുറേനേരം പങ്കെടുത്തു. അന്നുരാത്രിയിൽ മഹാരാഷ്ട്രയിലെ രണ്ട് നേതാക്കൾക്ക് റിപ്പബ്ലിക്കൻ പാർട്ടിയിൽ ചേരാനാവശ്യപ്പെട്ടുകൊണ്ട് കത്തുകളെഴുതി.

ഡിസംബർ 5ാംതീയതി രാത്രി കുറേനേരം കസേരയിൽ വിശ്രമിച്ച അംബേദ്കർ 'ബുദ്ധം ശരണം ഗച്ഛാമി' എന്ന് ഉരുവിട്ടുകൊണ്ടിരുന്നു. ആഹാരം കഴിക്കാൻ മറന്നുപോയതുപോലെ തോന്നി. പരിചാരകർ പല പ്രാവശ്യം ഓർമിപ്പിച്ചുവെങ്കിലും കുറേക്കഴിഞ്ഞാണ് ഭക്ഷണത്തിനിരുന്നത്.

ഭക്ഷണം കഴിച്ചതിനുശേഷം ഉറങ്ങുവാനായി കിടപ്പുമുറിയിലേക്കു പോയ അംബേദ്കർ പിറ്റേ പ്രഭാതം കണ്ടില്ല. ഉറക്കത്തിന്റെ ഏതോ ഘട്ടത്തിൽ ഏഷ്യയിലെതന്നെ ഏറ്റവും മികച്ച തലച്ചോറിനുടമയെന്ന് നിരീക്ഷിക്കപ്പെടുന്ന ആ മഹാന്റെ ശരീരം നിശ്ചലമായി.

ഡിസംബർ–6 അധഃസ്ഥിത സമൂഹത്തിന് മാത്രമല്ല, ലോകത്താകമാനമുള്ള മനുഷ്യസ്നേഹികൾക്ക് ദുഃഖം വിതച്ചുകൊണ്ടാണ് പുലർന്നത്.

തങ്ങളുടെ പ്രിയപ്പെട്ട നേതാവിനെ ഒരുനോക്കു കാണുവാനായി ജനങ്ങൾ അംബേദ്കറിന്റെ വസതിക്കു മുമ്പിൽ തടിച്ചുകൂടിയിരുന്നു. 'ബാബാസാഹേബ് അമർ ഹേ' എന്ന വിലാപങ്ങൾ അന്തരീക്ഷത്തിൽ മുഴങ്ങി. അന്നുരാത്രി തന്നെ മൃതദേഹം വിമാനമാർഗം മുംബൈയിലേക്ക് കൊണ്ടുപോയി.

വെളുപ്പിന് 3മണിക്ക് സാന്താക്രൂസ് വിമാനത്താവളത്തിൽ ആയിരക്കണക്കിന് ആളുകൾ മൃതദേഹം ഏറ്റുവാങ്ങാനുണ്ടായിരുന്നു. അംബേദ്കറുടെ മുൻവസതിയായ 'രാജഗൃഹ'ത്തിൽ പൊതുദർശനത്തിനുവച്ച ശരീരം ഉച്ചയ്ക്ക് 1.30ഓടെ വിലാപയാത്രയായി ദാദർ ശ്മശാനത്തിലേക്ക് കൊണ്ടുപോയി. അഞ്ചുമണിക്കൂർനേരം വാഹനഗതാഗതം സ്തംഭിച്ചു. അവിടെ ബൗദ്ധപുരോഹിതന്മാരുടെ കാർമികത്വത്തിൽ മകൻ യശ്വന്ത് അദ്ദേഹത്തിന്റെ ചിതയ്ക്ക് തീകൊളുത്തി.

ജനാധിപത്യ മതനിരപേക്ഷ ഇന്ത്യയുടെ നിർമാതാക്കളിലൊരാളായ അംബേദ്കർ ചിതയിൽ കത്തിയെരിയുമ്പോൾ അനേകായിരങ്ങൾ അലമുറയിട്ടു കരഞ്ഞു. ഒരുലക്ഷത്തോളം ആളുകൾ അദ്ദേഹത്തോടുള്ള ആദരവിൽ അവിടെവച്ചുതന്നെ ബുദ്ധമതം സ്വീകരിച്ചു.

ഇന്ത്യയിലെ കീഴാളജനതയ്ക്ക് ആത്മവീര്യം നൽകിയ നവോത്ഥാന ഇന്ത്യയുടെ ശിൽപ്പി ഇനി ഓർമകളിൽ മാത്രം.

അദ്ദേഹത്തെ ഹൈന്ദവവൽക്കരിക്കാൻ ശ്രമങ്ങൾ നടന്നുകൊണ്ടിരിക്കുന്ന സമകാലിക സന്ദർഭമാണിത്. അംബേദ്കറെ മതനിരപേക്ഷ ജനാധിപത്യ ഇടങ്ങളിലേക്ക് ചേർത്തുവയ്ക്കുകയെന്ന രാഷ്ട്രീയ കടമയാണ് ഇന്ന് ഇടതുപക്ഷ മതനിരപേക്ഷ ജനാധിപത്യവാദികൾക്കുള്ളത്.

ഇന്ത്യയിലെ മർദിത ജനതയുടെ പോരാട്ടമുന്നണിയിൽ അംബേദ്കർ ഒരു അടയാളമായിരിക്കും, നിലയ്ക്കാത്ത വർഗസമരത്തിന്റെ മുന്നണിപ്പോരാളികൾക്ക് മാർഗദർശിയായിത്തീരുന്ന ജ്വലിക്കുന്ന രക്തനക്ഷത്രം.

ഭാഗം 2

കൃതി ദർശനം

1

സാംസ്കാരിക വിപ്ലവകാരി

ഇന്ത്യയിൽ ജാതിവ്യവസ്ഥയ്ക്കെതിരെ പ്രായോഗികവും സൈദ്ധാന്തികവുമായ നിരവധി ചെറുത്തുനിൽപ്പുകൾ ഉണ്ടായിട്ടുണ്ട്. ഇന്ത്യൻ നവോത്ഥാനത്തിന്റെ ചക്രവാളം വികസിക്കുന്നത് സവർണഹിന്ദുത്വവും ബ്രാഹ്മണിക്കൽ അധികാരവും സൃഷ്ടിച്ച മനുഷ്യവിരുദ്ധമായ സാമൂഹ്യനിയമങ്ങൾക്കും അതിന്റെ പ്രയോഗങ്ങൾക്കുമെതിരായ പ്രവർത്തനങ്ങളിലൂടെയായിരുന്നു.

ഇന്ത്യൻ ദാർശനികഭൂമിയിലെ ഭൗതികവാദധാരയ്ക്ക് അതിൽ നേതൃത്വപരമായ പങ്കുണ്ട്. ചാർവാക (ലോകായതം), സാംഖ്യ തുടങ്ങിയ ദർശനങ്ങളും ജൈന–ബുദ്ധമത തത്വങ്ങളും ഇന്ത്യയിലെ ബ്രാഹ്മണാധികാരത്തിന്റെ സാംസ്കാരികാധിനിവേശത്തെ ചെറുക്കുന്നതിൽ ഫലപ്രദമായ പങ്കുവഹിച്ചു. ഇന്ത്യയിലെ കീഴാള ജനവിഭാഗങ്ങൾ ഇത്തരം ദർശനങ്ങളെ ഉയർത്തിപ്പിടിച്ചു. അധികാരത്തിന്റെ സവർണ സിംഹാസനത്തിനുനേരെ ദാർശനികമായ ചോദ്യങ്ങൾ എയ്തുകൊണ്ട് ചാർവാകനും ബുദ്ധനും ജൈനനും ഇന്ത്യയിലെ കീഴാളവിഭാഗത്തിന്റെ പ്രതിനിധികളായിത്തീർന്നു.

ബ്രാഹ്മണമതത്തിനെതിരായ ഒരു ബദൽ ജീവിതപദ്ധതിയായിരുന്നു അത്. തീർത്തും ഭൗമികവും ഭൗതികവുമായ ദാർശനിക ഭൂമിയിലായിരുന്നു അതിന്റെ അടിത്തറ. എന്നാൽ ബ്രാഹ്മണപൗരോഹിത്യത്തിന്റെ മേൽക്കോയ്മയ്ക്കൊത്തവിധം രാജാധികാരം നടപ്പിലാക്കപ്പെട്ടപ്പോൾ അജ്ഞതയുടെ ഇരുണ്ട ഇടനാഴികളിൽ അറിവിന്റെ പുതിയ പ്രഭാതങ്ങൾ അസ്തമിച്ചു. ഭാവി ഇന്ത്യയുടെ മാർഗദർശിയായിത്തീരേണ്ട കീഴാളസമൂഹത്തിന്റെ ദർശനങ്ങളും കൃതികളും തീയിലെറിയപ്പെട്ടു. മാനവികതയുടെ പുതിയ സൂര്യവെളിച്ചങ്ങൾ ചാതുർവർണ്യവ്യവസ്ഥയുടെ

ഗ്രഹണകാലത്ത് ആരും അറിയപ്പെടാതെ ചിതറിപ്പോവുകയായിരുന്നു.

അങ്ങനെ അറിവും അടയാളവും കൈമോശംവന്ന ജനതയായി ജീവിക്കാൻ കീഴാളജനത വിധിക്കപ്പെട്ടു. അടിമത്തത്തേക്കാൾ വലിയ അടിമജീവിതം നയിക്കപ്പെട്ട് അവരുടെ ജീവിതം ഇരുളടഞ്ഞുപോയി. നാവുനഷ്ടപ്പെട്ട ഈ ജനസമൂഹത്തിൽനിന്ന് പുതിയ സൂര്യവെളിച്ചങ്ങൾ ഉദയം ചെയ്യാൻ പിന്നെയും നൂറ്റാണ്ടുകൾ വേണ്ടിവന്നു. അതായിരുന്നു ഇന്ത്യയിലെ കീഴാള/നവോത്ഥാന മുന്നേറ്റങ്ങൾ.

നവോത്ഥാനം എന്ന സാമാന്യപരികൽപ്പനയിൽ ഒതുക്കാൻ പറ്റാത്തവിധം സങ്കീർണമായിരുന്നു ഇന്ത്യയിലെ നവോത്ഥാനശ്രമങ്ങൾ. അതിന് രണ്ടു തലങ്ങളുണ്ട്: കൊളോണിയൽ അധിനിവേശം ഇന്ത്യയിൽ സൃഷ്ടിച്ച ചില മൂല്യസങ്കൽപ്പനങ്ങൾക്കൊത്തവിധം സമൂഹത്തെ പരിഷ്കൃതമാക്കാനുള്ള സവർണനേതാക്കളുടെ പരിശ്രമങ്ങളാണ് അതിലൊന്ന്. ഹിന്ദുമതത്തിലെ അനാചാരങ്ങളെയും അന്ധവിശ്വാസങ്ങളെയും നിർമാർജനം ചെയ്തുകൊണ്ട് കൊളോണിയാനന്തര ആധുനിക ഇന്ത്യയിലുള്ള അതിന്റെ മേധാവിത്വപരമായ നിലനിൽപ്പിനെ ഭദ്രമാക്കാൻ വേണ്ടിയായിരുന്നു അത്. സതി, ശൈശവവിവാഹം, അയിത്തം തുടങ്ങി ഹിന്ദുമതത്തിലെ അനാചാരങ്ങൾക്കെതിരായ എതിർപ്പുകളും പ്രക്ഷോഭങ്ങളും സവർണസമൂഹത്തിൽനിന്നുതന്നെ ഉണ്ടായി.

രാജാറാം മോഹൻറായ് മുതൽ ഗാന്ധിയടക്കമുള്ള ഇന്ത്യൻ ദേശീയ പ്രസ്ഥാനത്തിന്റെ മുഖ്യധാരയുമായി കെട്ടുപിണഞ്ഞുകിടക്കുന്നതായിരുന്നു ഈ നവോത്ഥാന പരിശ്രമങ്ങൾ.

സവർണമോ, പാശ്ചാത്യമോ ആയ വാർപ്പുമാതൃകകൾക്കനുസരിച്ച് ഇന്ത്യൻ മനസിനെ മാറ്റിയെടുക്കാനുള്ള ഉപരിവർഗ നവോത്ഥാനശ്രമങ്ങളോടൊപ്പംതന്നെ കീഴാള വർഗം തുടങ്ങിവെച്ച പരിഷ്കരണ/നവോത്ഥാനശ്രമങ്ങൾ ആണ് ഇന്ത്യയിലെ അസ്പൃശ്യരും നിരാലംബരുമായ ഒരു ജനതയുടെ കർതൃത്വത്തെ രൂപീകരിച്ചത്.

ജ്യോതിബാഫൂലെ

ആധുനിക ഇന്ത്യയിൽ ഇത്തരം ശ്രമങ്ങൾക്ക് വ്യക്തമായ പ്രായോഗികമുന്നേറ്റങ്ങൾ ഉണ്ടാക്കാൻ ശ്രമിച്ചത് ജ്യോതിബാഫൂലെയായിരുന്നു. അദ്ദേഹം മുന്നോട്ടുവച്ച ആശയങ്ങൾ ദളിതർ, ശൂദ്രബഹുജനങ്ങൾ, സ്ത്രീകൾ എന്നിവരുടെ സാമൂഹ്യപുരോഗതിയെ ലക്ഷ്യംവച്ചുള്ളതായിരുന്നു. ഒരുപക്ഷേ, ആധുനിക

അബേദ്ക്കറും പെരിയാർ ഇ വി രാമസ്വാമിയും

ഇന്ത്യയിലെ ആദ്യത്തെ കീഴാള നവോത്ഥാന നായകനായി ജ്യോതിബാഫൂലെയെ പരിഗണിക്കാം. ജ്യോതിബാഫൂലെ കീഴാളവിഭാഗങ്ങളെ വിദ്യാഭ്യാസത്തിലൂടെ ഉയർത്തിക്കൊണ്ടുവരാൻ ശ്രമിച്ചു. അദ്ദേഹത്തിന്റെ സഹധർമിണി സാവിത്രി ഫൂലെ സ്ത്രീകളുടെ വിദ്യാഭ്യാസം, പുനരധിവാസം തുടങ്ങിയ മേഖലയിൽ പ്രവർത്തിച്ചു. ഇന്ത്യയിലാകമാനം, പ്രത്യേകിച്ച് ദക്ഷിണേന്ത്യയിൽ കീഴാളനവോത്ഥാനത്തിന്റെ ഒരു വലിയ യുഗം തന്നെ പിറവിയെടുത്തു. പെരിയാർ ഇ വി രാമസ്വാമി, ശ്രീനാരായണഗുരു, അയ്യങ്കാളി തുടങ്ങി നിരവധിപേർ ഇന്ത്യയിലെ അധഃസ്ഥിത സമൂഹത്തിന്റെ ഉണർവുകൾക്കായി പ്രവർത്തിച്ചു.

ഇന്ത്യയിലെ ബ്രാഹ്മണിസത്തെയും സവർണഹിന്ദുത്വത്തെയും പ്രശ്നവൽക്കരിച്ചുകൊണ്ടാണ് ഇവർ തങ്ങളുടെ ദർശനപദ്ധതികളെ ആവിഷ്കരിച്ചത്. ബദൽ മാതൃകകളും, ബദൽ ജീവിതരീതികളും അവർ മുന്നോട്ടുവച്ചു.

അസ്പൃശ്യതയുടെയും അടിമാനുഭവത്തിന്റെയും ഒരു സാമൂഹ്യപരിസരത്തുനിന്നാണ് അംബേദ്കർ തന്റെ ജീവിതം ആരംഭിക്കുന്നത്. അധീശവർഗം വിധിച്ച സാമൂഹ്യപീഡനങ്ങൾക്കുനേരെ വെല്ലുവിളിയുയർത്തിക്കൊണ്ടാണ് അദ്ദേഹം ഉയർന്ന സാമൂഹ്യപദവി നേടിയെടുത്തത്. തന്റെ വൈയക്തികമായ ഈ നേട്ടങ്ങളിൽ സ്വയം അഭിരമിക്കുവാൻ കൂട്ടാക്കാതെ ആധുനിക ഇന്ത്യയിൽ പുതിയ മുന്നേറ്റങ്ങൾക്കുള്ള പ്രവർത്തനപദ്ധതികൾക്കും ദർശനങ്ങൾക്കും അദ്ദേഹം രൂപംകൊടുത്തു. മതനിരപേക്ഷതയും ജനാധിപത്യവും ഇന്ത്യൻസമൂഹത്തിൽ ആഴത്തിൽ വേരോടുവാൻ തന്റെ അറിവിന്റെയും കർമശേഷിയുടെയും വിത്തുകൾ പാകി. സ്വാതന്ത്ര്യം, സമത്വം, സാഹോദര്യം എന്ന സങ്കൽപ്പനത്തിൽ അടിയുറച്ച ഒരു പുതിയ ഇന്ത്യക്കുവേണ്ടി പരിശ്രമിച്ചു.

ഇന്ത്യയിലാകമാനം നടന്ന നവോത്ഥാനപരിശ്രമങ്ങൾക്ക് പുതിയ ദിശാബോധം നൽകുന്നതായിരുന്നു അംബേദ്കറുടെ പ്രവർത്തനങ്ങളും ചിന്തകളും.

മറ്റേത് നവോത്ഥാന നായകരെയുംപോലെ, അദ്ദേഹവും ഇന്ത്യൻ ജാതിവ്യവസ്ഥയേയും ബ്രാഹ്മണിസത്തെയും പ്രശ്നവൽക്കരിച്ചുകൊണ്ടാണ് തന്റെ സാംസ്കാരിക വിപ്ലവം ആരംഭിക്കുന്നത്. ഉപരിപ്ലവമായ പരിഷ്കരണ ശ്രമങ്ങൾക്കല്ല അദ്ദേഹം ഊന്നൽ കൊടുത്തത്. സവർണ ഹിന്ദുത്വത്തെ അതിന്റെ വേരോടെ ചെന്ന് പിടികൂടുക എന്നതായിരുന്നു അദ്ദേഹത്തിന്റെ രീതി. ഹിന്ദുത്വത്തിനും ബ്രാഹ്മണിസത്തിനും പൊതു സമ്മതി നൽകുന്ന ദർശനപദ്ധതികളെ വിമർശനാത്മകമായി പഠിച്ചുകൊണ്ട്, അതിന്റെ ചരിത്രപരമായ ഉറവിടങ്ങളെ കണ്ടെത്തുവാൻ അംബേദ്കർ ശ്രമിച്ചിട്ടുണ്ട്.

നാളിതുവരെ ഉണ്ടായിട്ടില്ലാത്ത അന്വേഷണങ്ങൾക്കും വിശകലനങ്ങൾക്കും പുതിയ തുടക്കമാവുകയായിരുന്നു അത്, അദ്ദേഹത്തിന്റെ കൃതികൾ, ഇന്ത്യൻ ബ്രാഹ്മണിസത്തിന്റെ പ്രത്യയശാസ്ത്രനായകത്വത്തെ ആഴത്തിൽ തിരിച്ചറിയുന്നതിനുള്ള ആധികാരിക രേഖയായി ഇന്നും നിലനിൽക്കുന്നു.

2

ഇന്ത്യയിലെ ജാതികൾ

ഇന്ത്യൻ ജാതിവ്യവസ്ഥയുടെ ഇരുണ്ട ഭൂതകാലത്തേക്ക് ഒറ്റയാനായി നടന്നുചെല്ലുന്ന രചനയായിരുന്നു അദ്ദേഹത്തിന്റെ 'ഇന്ത്യയിലെ ജാതികൾ: അതിന്റെ പ്രവർത്തനം, ഉത്ഭവം, വികാസം' (The Castes in India: Their mechanism, Genesis and development) എന്ന പ്രബന്ധം. 1916ൽ കൊളംബിയ സർവകലാശാലയിൽ നടന്ന നരവംശശാസ്ത്ര സെമിനാറിൽ അവതരിപ്പിച്ച പ്രബന്ധമാണിത്.

ജാതിവ്യവസ്ഥയെ സംബന്ധിച്ച് നാളിതുവരെ ഉണ്ടായ സങ്കൽപ്പനങ്ങളെയും, പഠനങ്ങളെയും തകർത്തുകൊണ്ടാണ് 'ഇന്ത്യയിലെ ജാതികൾ' അവതരിപ്പിക്കപ്പെട്ടത്. ഭൗതികജീവിതത്തിന്റെയും ഉൽപ്പാദനബന്ധങ്ങളുടെയും സാമൂഹ്യപരിസരത്തുനിന്ന് രൂപപ്പെട്ട ജാതിവ്യവസ്ഥയുടെ പ്രവർത്തനവും ഉൽപ്പത്തിയും വികാസവും, ചരിത്രപരമായി വിശകലനം ചെയ്യപ്പെടുകയാണിവിടെ. "ജാതിയുടെ നിഗൂഢതകൾ ഇഴപിരിച്ചെടുക്കാൻ എന്നേക്കാൾ ശേഷിയും പ്രാപ്തിയുമുള്ളവർ ശ്രമിച്ചിട്ടുണ്ട്. എന്നാൽ നിർഭാഗ്യകരമായി, ജാതി ഇന്നും വിശദീകരിക്കപ്പെടാത്ത ഒന്നായി നിലകൊള്ളുന്നു; ഗ്രഹിക്കപ്പെടാത്ത ഒന്നായല്ല" എന്ന് അദ്ദേഹം ആമുഖമായി പറയുന്നു.

അംബേദ്കറുടെ മാസ്റ്റർപീസായി പറയപ്പെടാവുന്ന ഒരു പ്രബന്ധമാണിത്. അദ്ദേഹത്തിന്റെ വിശകലനവൈഭവവും സർഗാത്മകതയും ധൈഷണികമേന്മയും വെളിവാകുന്ന രചന. 'സൈദ്ധാന്തികമായും, പ്രായോഗികമായും ബൃഹത്തായ ഒരു പ്രശ്നമാണ് ജാതി' എന്ന് അദ്ദേഹം തിരിച്ചറിയുന്നു. ഈ തിരിച്ചറിവിൽ നിന്നുകൊണ്ട് നാളിതുവരെ ജാതിയെ സംബന്ധിച്ച് ഉണ്ടായിട്ടുള്ള പ്രബലമായ നിരീക്ഷണങ്ങളെ പരിശോധിച്ച് അതിൽനിന്ന് ബഹുദൂരം മുന്നോട്ടുപോവുകയാണ്. ജാതിയെക്കുറിച്ചുള്ള വിദഗ്ധരുടെ അഭിപ്രായങ്ങൾ/നിർവചനങ്ങൾ അദ്ദേഹം ഉദ്ധരിക്കുന്നു:

ഫ്രെഞ്ചുപണ്ഡിതനായ മി. സെനാർട്ടു പറയുന്നു:

> സൈദ്ധാന്തികമായി പാരമ്പര്യത്തിൽ അധിഷ്ഠിതമായ കെട്ടുറപ്പുള്ള ഒരു സമിതി, കാലാകാലങ്ങളായി പൂർണസമ്മേളനം നടത്തുന്ന കാര്യലോചനാസമിതിയും ഒരു തലവനുമുള്ള സ്വതന്ത്ര സംഘടന; തൊഴിലുകൊണ്ട് പരസ്പരബദ്ധരും, വിവാഹവേളകളിലും ആചാര ഭക്ഷണപ്രശ്നങ്ങളിലും മറ്റും ഒന്നിക്കുന്ന അംഗങ്ങളുടെ സംഘടന...

നെസ്ഫീൽഡ്:

> അന്യവർഗങ്ങളുമായി വിവാഹബന്ധത്തിൽ ഏർപ്പെടുകയോ അവരോടൊത്ത് ഭക്ഷണം കഴിക്കുകയോ ജലപാനം നടത്തുകയോ പോലും ചെയ്യാത്ത ഒരു ജനസമൂഹം.

സർ എച്ച് റിസ്ലേ:

> പ്രത്യേകമായി തൊഴിലുമായി ബന്ധപ്പെട്ടതും പൊതുവായ പേരുള്ളതും മാനുഷികമോ ദൈവികമോ ആയ ഒരു പുരാതനപൂർവികന്റെ പാരമ്പര്യം അവകാശപ്പെടുന്നതും ഏകരൂപമായ ഒരു സമൂഹമെന്ന് അഭിജ്ഞരാൽ പരിഗണിക്കപ്പെടാൻ പോന്ന തരത്തിൽ ഒരേ ജോലിതന്നെ പിന്തുടരുന്നതുമായ കുടുംബങ്ങളുടെ ഒരു സംഘം.

ഡോ. കേത്കർ:

> രണ്ടു സവിശേഷതകളോടുകൂടിയ ഒരു സാമൂഹിക ഘടന. (1) അംഗങ്ങളുടെ മക്കൾക്കുമാത്രമായി അംഗത്വം നൽകുകയും അത്തരത്തിൽപ്പെട്ട എല്ലാവരെയും ഉൾക്കൊള്ളുകയും ചെയ്യുക. (2) സംഘത്തിന് പുറത്ത് വിവാഹം പാടില്ലെന്ന അലംഘനീയമായ സാമൂഹികക്രമത്താൽ അംഗങ്ങൾക്ക് വിലക്കു കൽപ്പിക്കപ്പെടുന്നു.

ഈ നിരീക്ഷണങ്ങളെ ഒന്നൊന്നായി വിലയിരുത്തുകയാണ് അംബേദ്കർ. സെനർട്ടിന്റെ വാദത്തിൽ 'ശുദ്ധി'യാണ് ജാതിയുടെ ലക്ഷണമായി അദ്ദേഹം കണക്കാക്കുന്നത്. ഇത് ജാതിയുടെ മാത്രമായ ഒരു പ്രത്യേകതയായി കണാൻ കഴിയില്ലെന്ന് അംബേദ്കർ വാദിക്കുന്നു. പുറത്തുള്ളവരോടൊത്ത് ഭക്ഷണം കഴിക്കില്ല അഥവാ മിശ്രഭോജനമില്ലെന്നതാണ് ജാതിയുടെ ലക്ഷണമായി നെസ്ഫീൽഡ് മുന്നോട്ടുവയ്ക്കുന്നത്. ഇവിടെ കാര്യത്തെ, കാരണമായി തെറ്റിദ്ധരിക്കുകയാണ് നെസ്ഫീൽഡ് എന്ന് അംബേദ്കർ. കാരണം, സ്വയം വലയിതമായ ഒരു ഘടകമെന്ന നിലയ്ക്ക് ജാതി അതിലെ അംഗങ്ങളെ പരിമിതപ്പെടുത്തുന്നത് സ്വാഭാവികമാണ്.

അതിനാൽ പുറത്തുള്ളവരോടൊത്ത് മിശ്രഭോജനം നടത്താത്ത അവസ്ഥ നിശ്ചിതമായി ഒരു നിരോധനത്തിന്റെ അനന്തരഫലമല്ല. ജാതിയുടെ സ്വാഭാവികമായ പരിണിതഫലമാണ്.

ഡോ. കെത്കറുടെ അഭിപ്രായത്തിൽ "മിശ്രവിവാഹ നിരോധനവും സ്വയംഭൂത്വവും രണ്ട് ലക്ഷണങ്ങളായാണ് കാണുന്നത്. എന്നാൽ ഇതു രണ്ടും ഡോ. കെത്കർ സങ്കൽപ്പിക്കുന്നതുപോലെ രണ്ട് വ്യത്യസ്ത കാര്യങ്ങളല്ല. ഒരേ വസ്തുവിന്റെ രണ്ട് ഭാവങ്ങൾ മാത്രമാണ്. മിശ്രവിവാഹം (ഗോത്രബാഹ്യ വിവാഹം) നിരോധിച്ചാൽ അതിന്റെ ഫലം സംഘത്തിൽ പിറക്കുന്നവരുടെ അംഗത്വം പരിമിതമാകുന്നു എന്നതാണ്. അതിനാൽ ഇതുരണ്ടും ഒരു നാണയത്തിന്റെ രണ്ടുവശങ്ങളാണ്.

മേൽപ്പറഞ്ഞ നിലപാടുകളിൽനിന്ന് അംബേദ്കർ പ്രധാനമായും ഊന്നുന്നത് 'ഗോത്രബാഹ്യവിഭാഗത്തിന്റെ നിരോധനം, അഥവാ അഭാവം മാത്രമാണ് ജാതിയുടെ അന്തസ്സത്ത' എന്നാണ്. ജാതിവ്യവസ്ഥയുടെ നിഗൂഢതയെ തുറന്നുകാട്ടാനുള്ള താക്കോലായാണ് പരഗോത്ര വിവാഹ നിരോധനത്തെ അംബേദ്കർ കണ്ടത്.

യഥാർഥത്തിൽ ഇന്ത്യയിലെ പ്രാചീനഗോത്രസമൂഹം ബഹിർഗോത്ര സമ്പ്രദായം പുലർത്തിപ്പോന്നിരുന്നു. രക്തബന്ധമുള്ളവർ തമ്മിലോ, സ്വഗോത്രത്തിൽ നിന്നുള്ളവരോ വിവാഹിതരാവുന്നത് വലിയ 'ദൈവനിന്ദ'യായാണ് കരുതിപ്പോന്നിരുന്നത്. ഇങ്ങനെയുള്ള ഒരു സമൂഹത്തിൽ ജാതികളുണ്ടായിരുന്നില്ല. അംബേദ്കർ പറയുന്നു: "ഗോത്രബാഹ്യ വിവാഹരീതിക്കുമേൽ സഗോത്രവിവാഹം അവരോധിക്കപ്പെട്ടതാണ് ജാതിസൃഷ്ടിയുടെ മൂലകാരണമായി പറയാവുന്നത്." അങ്ങനെ ബഹുസ്വരതയുടേതായ ഒരു സാമൂഹ്യക്രമത്തിൽ ജാതി; വിള്ളലുകളും അസമത്വങ്ങളും സൃഷ്ടിക്കുവാൻ തുടങ്ങി.

ഏത് സമൂഹവും രൂപപ്പെടുന്നത് വർഗസമൂഹമായിട്ടാണ്. പ്രാകൃത കമ്യൂണിസ്റ്റ് സമൂഹത്തിനുശേഷം രൂപപ്പെട്ടുവന്ന ഗോത്രസമൂഹങ്ങൾ വർഗബന്ധങ്ങളിലും വർഗസംഘർഷങ്ങളിലും അധിഷ്ഠിതമായിരുന്നു. "സമൂഹം രൂപപ്പെടുന്നത് വർഗങ്ങളെക്കൊണ്ടാണ്. ഒരു സമൂഹത്തിലെ നിശ്ചിത വർഗങ്ങളുടെ അസ്തിത്വം ഒരു യാഥാർഥ്യമാണ്. സമൂഹത്തിലെ ഏത് വ്യക്തിയും ഒരു വർഗത്തിലെ അംഗമായിരിക്കും. ഇത് സാർവദേശീയമായ സത്യമാണ്." ഈ അടിസ്ഥാനനിലപാടിൽ നിന്നുകൊണ്ടാണ് അംബേദ്കർ ജാതിയുടെ ഉത്ഭവത്തെ സംബന്ധിച്ച പഠനം ആരംഭിക്കുന്നത്. "വർഗവും ജാതിയും തൊട്ടടുത്ത അയൽക്കാരാണ്." ഒരു ജാതിയെന്നത് വലയിതമായ സ്വയം വിഘടിതമായ ഒരു വർഗമാണെന്നാണ് അംബേദ്കർ നിരീക്ഷിക്കുന്നത്. ഇങ്ങനെ വലയിതമായ സ്വയം വിഘടിച്ചുപോയ ഒരു വർഗസമൂഹം അത് സ്വയം കെട്ടിയുണ്ടാക്കിയ മതിൽ തകരാതിരിക്കുന്നതിന് കണ്ടെത്തിയ മാർഗം എന്ന നിലയ്ക്കാണ് 'പരഗോത്ര വിവാഹ നിരോധനം' എന്ന സങ്കൽപ്പനം പ്രായോഗികമാക്കിയത്.

മിച്ചസ്ത്രീയും മിച്ചപുരുഷനും

പരഗോത്ര വിവാഹ നിരോധനത്തിലൂടെ സ്വയം ജാതിയായിത്തീരാൻ ആഗ്രഹിക്കുന്ന ഒരു സമൂഹത്തിൽ സ്ത്രീപുരുഷന്മാരുടെ എണ്ണം ഏകദേശം തുല്യമായിരിക്കും. അതുകൊണ്ട്, ഈ അനുപാതം നിലനിർത്തണമെങ്കിൽ ഗോത്രത്തിനകത്തെ ദാമ്പത്യബന്ധങ്ങൾക്ക് വ്യവസ്ഥകൾ ഏർപ്പെടുത്തേണ്ടതുണ്ട്. വിവാഹയോഗ്യരായ സ്ത്രീപുരുഷന്മാരുടെ എണ്ണത്തിൽ തുല്യത നിലവിൽ വരുത്തിക്കൊണ്ടാണ് ഇത് സാധ്യമാകുന്നത്. ഈ തുല്യതയ്ക്ക് ഒരു കോട്ടവും വരാതെ നിലനിർത്തുകയെന്നത് അതാത് ജാതിസമുദായത്തിന് വെല്ലുവിളിയായിത്തീരുന്നു. കാരണം, ഈ തുല്യത സ്വാഭാവികമായി വരുന്നത് ദമ്പതികൾ ഒരുമിച്ച് അന്തരിക്കുമ്പോൾ മാത്രമാണ്. ഇത് അത്യപൂർവമായ യാദൃച്ഛികതയാണെന്നത് പ്രത്യേകം പറയേണ്ടതില്ല. ചിലപ്പോൾ ഭാര്യ ജീവിച്ചിരിക്കേ ഭർത്താവ് മരിക്കുമ്പോൾ ആ സമൂഹത്തിൽ ഒരു സ്ത്രീ മിച്ചം വരുന്നു. ഈ മിച്ചസ്ത്രീയെ എങ്ങനെ കൈകാര്യം ചെയ്യണം എന്നതായിരുന്നു ജാതിസമൂഹത്തിനുമുമ്പിലെ വെല്ലുവിളി. ഈ സ്ത്രീക്ക് അനുയോജ്യരായ പങ്കാളികളെ സ്വസമൂഹത്തിൽനിന്ന് കണ്ടെത്തുകയെന്നത്, അതിനേക്കാൾ വലിയ പ്രശ്നമാണ്. കാരണം അപ്പോഴും വിവാഹിതയാവാത്ത ഒരു സ്ത്രീ മിച്ചം വരും. അവളുടെ അവസരമാണ് ഭർത്താവ് മരിച്ച സ്ത്രീ അപഹരിക്കുന്നത്. അത് ജാതിസമൂഹത്തിന് തീർത്തും അചിന്തനീയമായിരുന്നു. വളരെ ഗുരുതരമായ ഒരു വിഷമസന്ധിയിലാണിപ്പോൾ നമ്മുടെ ജാതിസമൂഹം. കാരണം ഈ മിച്ചസ്ത്രീക്ക് ഒരു പങ്കാളിയെ കണ്ടെത്തിയില്ലെങ്കിൽ അവൾ ജാതിഗോത്രത്തിന് വെളിയിൽനിന്ന് പുരുഷനെ സ്വീകരിച്ചേക്കാം. അങ്ങനെ സ്വീകരിച്ചാൽ ജാതിയുടെ സ്വയം നിർമിതമായ ഈ മതിൽ പൊളിഞ്ഞുവീഴും. അത് ഒരിക്കലും അനുവദിച്ചുകൂടാ. ഈ മിച്ചസ്ത്രീ ഒരു പ്രശ്നംതന്നെ...! അപ്പോഴാണ് ഒരു വഴി തെളിയുന്നത്. ഭർത്താവിന്റെ ചിതയിൽ അവളെയും ദഹിപ്പിക്കുക. അതാണ് സതി! ഇങ്ങനെയാണ് ഈ ദുരാചാരം ജാതി സമൂഹത്തിൽ പ്രബലമാവുന്നത്! സ്ത്രീകൾക്കുമേൽ പുരുഷാധിപത്യ ജാതിസമൂഹം കെട്ടിവച്ച നടുക്കുന്ന ദുരാചാരം!

ഇനി ഭർത്താവിനൊപ്പം അവളെ/ഈ മിച്ചസ്ത്രീയെ ദഹിപ്പിക്കാൻ കഴിഞ്ഞില്ലെങ്കിലോ...? അതായിരുന്നു നിർബന്ധിത വൈധവ്യം. വെളുത്ത സാരിയിൽ; തല മുണ്ഡനം ചെയ്ത്, വെളിച്ചം കടക്കാത്ത ഇരുണ്ട മുറിയിൽ ജീവിതകാലം മുഴുവൻ അവളെ തള്ളിയിടുക.

ഒരു മിച്ചപുരുഷനും (ഭാര്യ മരിച്ച പുരുഷൻ) ജാതിസമൂഹത്തിൽ ഇതേപോലുള്ള പ്രശ്നങ്ങൾ സൃഷ്ടിക്കുന്നുണ്ട്. ഈ സമൂഹത്തിൽ സ്ത്രീയേക്കാൾ അധികാരം പുരുഷനാണെന്ന് ഓർക്കേണ്ടതുണ്ട്. അതുകൊണ്ടുതന്നെ ഒരു 'സതി' ഇവിടെ പ്രതീക്ഷിക്കാനാവില്ല. അയാൾ സമൂഹത്തിന്റെ ഉൽപ്പാദകൻ കൂടിയാണ്. സമൂഹത്തിലെ പ്രധാനപ്പെട്ട വ്യക്തിയാണ് പുരുഷൻ. ഇയാളുടെമേൽ ബ്രഹ്മചര്യം അടിച്ചേൽപ്പിച്ചാൽ അത്

അവൻ സ്വീകരിക്കണമെന്നില്ല. ഇവൻ തീർച്ചയായും ജാതിയുടെ മതിൽ ചാടി പരഗോത്രബന്ധത്തിലൂടെ സന്താനങ്ങളെ സൃഷ്ടിക്കും. അങ്ങനെ ജാതി തകരും. അതൊരിക്കലും അനുവദിക്കാൻ പാടില്ലല്ലോ. ജാതിസമൂഹത്തിന്റെ കണ്ണുകൾ വിവാഹപ്രായമാകാത്ത കൊച്ചുപെൺകുട്ടികളിലേക്കാണ് ഇപ്പോൾ നീളുന്നത്. അങ്ങനെ ഈ മിച്ചപുരുഷനെ ജാതിക്കുള്ളിൽ തളച്ചുനിർത്താൻ വിവാഹപ്രായമാകാത്ത ഒരു പെൺകുട്ടിയെ അയാൾക്കു നൽകേണ്ടി വരുന്നു. ഇതാണ് ശൈശവ വിവാഹസമ്പ്രദായത്തിന്റെ ഉൽപ്പത്തി.

ഇന്ത്യയിലെ ജാതികളുടെ പ്രവർത്തനങ്ങളെ സംബന്ധിച്ചുള്ള അംബേദ്കറുടെ ഈ വിശകലനം ജാതിയെക്കുറിച്ച് നാളിതുവരെയുള്ള നിർവചനങ്ങളെ പൊളിക്കുന്നവിധം യുക്തിഭദ്രമാണെന്ന് കാണാം. പിന്നീട് അദ്ദേഹം ഇന്ത്യയിലുടനീളം എങ്ങനെയാണ് ജാതിവ്യവസ്ഥ വളർന്നു വികസിച്ചതെന്ന് വിശദീകരിക്കുന്നു. അതിനാദ്യം വേണ്ടത് ഏത് സമൂഹമാണ് സ്വയം ജാതിയായി; വിഘടിത സമൂഹമായി; സ്വയം വേലി കെട്ടി അടച്ചത് എന്ന അന്വേഷണമാണ്. അദ്ദേഹം എഴുതുന്നു: "എല്ലാ പുരാതന നാഗരികതകളിലും ആചാരങ്ങളുടെ കൃത്യമായ അനുഷ്ഠാനത്തിന് നിർബന്ധിച്ചിരുന്നത് സാമൂഹിക മേധാവിത്വം പിടിച്ചുപറ്റിയ പുരോഹിത വർഗമായിരുന്നു. അവരാണ് ഈ അസ്വാഭാവിക സ്ഥാപനത്തെ അസ്വാഭാവിക മാർഗങ്ങളിലൂടെ സൃഷ്ടിച്ചതും സംരക്ഷിച്ചുപോന്നതും.

ഇന്ത്യയിൽ ഈ പുരോഹിതവർഗം എന്നത് ബ്രാഹ്മണസമൂഹമാണ്. അതുകൊണ്ട് സ്വയം വലയിതമായ ജാതിമതിൽക്കെട്ട് ആദ്യമായി കെട്ടിയുയർത്തിയത് ബ്രാഹ്മണ സമൂഹമാണെന്ന് സ്പഷ്ടമാണ്. ഇങ്ങനെ സ്വയം കൊട്ടിയടയ്ക്കപ്പെട്ടതിലൂടെ രൂപീകരിക്കപ്പെട്ട ജാതിവ്യവസ്ഥ മറ്റിടങ്ങളിലേക്ക് അഥവാ മറ്റ് സമൂഹങ്ങളിലേക്ക് എങ്ങനെ ബാധിച്ചു എന്ന ചോദ്യം പ്രസക്തമാണ്. അതിന് അംബേദ്കർ ഇങ്ങനെ മറുപടി പറയുന്നു:

> ഇതിന് രണ്ടുതരത്തിൽ ഉത്തരം പറയാം. ചിലർ വാതിലടച്ചു. മറ്റു ചിലർ തങ്ങൾക്കെതിരെ വാതിലടയ്ക്കപ്പെട്ടതായി കണ്ടെത്തി. ഒന്ന് മനഃശാസ്ത്രപരമായ വ്യാഖ്യാനമാണ്. മറ്റേത് യാന്ത്രികമാണ്. പക്ഷേ, ഇവരണ്ടും പരസ്പര പൂരകങ്ങളാണ്. ജാതിരൂപീകരണം എന്ന പ്രതിഭാസത്തെ അതിന്റെ സമഗ്രതയിൽ വിശദീകരിക്കാൻ രണ്ടും ആവശ്യമാണ്.

ഇവിടുത്തെ പ്രധാന പ്രശ്നം, എന്തുകൊണ്ട് മറ്റു സമൂഹങ്ങളും സ്വയം വലയിതങ്ങളായി എന്നതാണ്.

> ബ്രാഹ്മണർ അങ്ങനെയായതുകൊണ്ട് മറ്റുള്ളവരും അങ്ങനെയായി. സ്വഗോത്രവിവാഹം അഥവാ സങ്കുചിത വിവാഹക്രമം

> ഹൈന്ദവ സമൂഹത്തിൽ ഒരു പരിഷ്കാരമായിരുന്നു. ബ്രാഹ്മണ വർഗത്തിലുണ്ടായ ഈ 'ഫാഷൻ' മറ്റ് വർഗക്കാർ അനുകരിക്കാൻ തുടങ്ങുകയും അവർ സ്വഗോത്രവിവാഹസമ്പ്രദായക്കാരായിത്തീരുകയും ചെയ്തു. അങ്ങനെ 'അനുകരണ സംക്രമണം' എല്ലാ ഉപവിഭാഗങ്ങളെയും ബാധിക്കുകയും അവരെ ജാതികളാക്കി മാറ്റിത്തീർക്കുകയും ചെയ്തു.

എന്ന് അംബേദ്കർ നിരീക്ഷിക്കുന്നു.

ഓരോരുത്തരും സ്വയം വാതിലടച്ചപ്പോൾ പുറത്തുള്ളവർക്ക് സ്വാഭാവികമായും വാതിലടയ്ക്കേണ്ടിവന്നു. അംബേദ്കറുടെ വാക്കുകളിൽ:

> 'ബ്രാഹ്മണർ സ്വയം ഒരു ജാതിയായിത്തീർന്നപ്പോൾ അവർ ബ്രാഹ്മണേതര ജാതിയെ സൃഷ്ടിക്കുകയായിരുന്നു. അഥവാ എന്റേതായ രീതിയിൽ പറഞ്ഞാൽ അവർ സ്വയം വാതിലടച്ച് അകത്തായപ്പോൾ മറ്റുള്ളവരെ പുറത്താക്കി വാതിലടയ്ക്കുകയായിരുന്നു."

അപ്പോൾ ജാതികളുള്ളിൽ ഒതുങ്ങാൻ കൂട്ടാക്കാത്ത അവർ ബഹിഷ്കൃതരാക്കപ്പെടും. ഇങ്ങനെ ജാതിക്കു വെളിയിൽ ബഹിഷ്കൃതരായ ജനതയാണ് ഇവിടുത്തെ അസ്പൃശ്യർ അഥവാ പുറജാതി (Out caste).

തൊഴിലിന്റെയും മതത്തിന്റെയും പരിപ്രേക്ഷ്യത്തിനുമപ്പുറം ജാതിയുടെ ഉത്ഭവത്തെയും വികാസത്തെയും സാംസ്കാരികമായും ചരിത്രപരമായും അന്വേഷിക്കുന്നുവെന്നതാണ് അംബേദ്കറുടെ ഈ പ്രബന്ധത്തെ പ്രസക്തമാക്കുന്നത്. കേവലമായ തൊഴിൽവിഭജനം എന്നതിനുമപ്പുറം അത് തൊഴിലാളിവിഭജനംകൂടിയാണെന്ന സാംസ്കാരിക വിശകലനത്തിനാണ് അദ്ദേഹം ഊന്നൽ നൽകുന്നത്.

3

ജാതിനിർമ്മൂലനം: അംബേദ്കറുടെ കാഴ്ചപ്പാട്

അംബേദ്കറുടെ മറ്റൊരു പ്രധാനപ്പെട്ട പ്രബന്ധമാണ് 'ജാതി നിർമൂലനം' (Annihilation of Caste). 1936ൽ ലാഹോറിലെ ജത്-പഥ് തോടക് മണ്ഡലിൽ അവതരിപ്പിക്കുവാൻ എഴുതിയ ഈ പ്രബന്ധം യാഥാസ്ഥിതിക ഹിന്ദുസമൂഹത്തിന്റെ എതിർപ്പുമൂലം അവതരിപ്പിക്കാൻ കഴിഞ്ഞില്ല.

സാമൂഹ്യപരിഷ്കരണത്തെ കൂടാതെയുള്ള രാഷ്ട്രീയ പരിഷ്കരണം ഉപരിപ്ലവമാണെന്ന കാഴ്ചപ്പാടാണ് അദ്ദേഹം ഈ പ്രബന്ധത്തിലൂടെ മുന്നോട്ടുവയ്ക്കുന്നത്. ഇതിനെ എതിർത്തുകൊണ്ട് സാക്ഷാൽ മഹാത്മാഗാന്ധിതന്നെ മുന്നോട്ടുവരികയുണ്ടായി. ജാതിയെ സമൂഹത്തിന്റെ ആഴത്തിൽ ചെന്ന് പിടികൂടുകയാണ് അംബേദ്കർ. തീർച്ചയായും ജാതിയും അതിന്റെ സാമൂഹ്യപ്രയോഗങ്ങളും അവസാനിപ്പിക്കേണ്ടതാണെന്ന ഏറ്റവും പുരോഗമനാത്മകവും വിപ്ലവാത്മകവുമായ കാഴ്ചപ്പാടാണ് അദ്ദേഹം ഉയർത്തുന്നത്.

'സാമ്പത്തികലക്ഷ്യം മാത്രമല്ല മനുഷ്യപ്രയത്നത്തെ നിയന്ത്രിക്കുന്നത്' എന്നു പറഞ്ഞുകൊണ്ട് അദ്ദേഹം സോഷ്യലിസ്റ്റുകളെ വിമർശിക്കുന്നുണ്ട്. കേവലമായ യാന്ത്രികവാദത്തെ ഇതിലൂടെ അദ്ദേഹം തള്ളിക്കളയുകയാണ്. അധികാരത്തിന്റെ പ്രധാന മേഖലയിലൊന്നായി അംബേദ്കർ മതത്തെയാണ് കാണുന്നത്. "മതം അധികാരത്തിന്റെ ഉറവിടമാണ്. ഇന്ത്യാചരിത്രം തന്നെ ഇതിന് തെളിവുനൽകുന്നു. ഇവിടെ സാധാരണക്കാർക്കുമേൽ ഒരു മജിസ്ട്രേറ്റിനേക്കാൾ കൂടുതൽ ആജ്ഞാശക്തിയുള്ളത് ഒരു പുരോഹിതനാണ്."

മതം എന്നത് പണത്തെപ്പോലെ അല്ലെങ്കിൽ, അതിൽക്കൂടുതൽ അധികാരത്തിന്റെ ഉറവിടമാണെന്ന് അദ്ദേഹം നിരീക്ഷിക്കുന്നു. അതുകൊണ്ട്: "ഒരു പ്രത്യേക സമൂഹത്തിൽ അധികാരശക്തിയുടെയും ആധി

പത്യത്തിന്റെയും ഉറവിടം മതപരവും സാമൂഹികവുമാണെങ്കിൽ അവിടെ അംഗീകരിക്കപ്പെടേണ്ട പരിഷ്കരണം മതപരവും സാമൂഹികവുമായിരിക്കണം" എന്നാണ് അംബേദ്കർ വാദിക്കുന്നത്. സാമൂഹ്യ പരിഷ്കരണവും സാമ്പത്തിക പരിഷ്കരണവും വൈരുധ്യാധിഷ്ഠിതമായി വികസിപ്പിക്കേണ്ടതാണെന്ന കാഴ്ചപ്പാടിലേക്ക് അദ്ദേഹം എത്തുന്നില്ല. എങ്കിൽക്കൂടിയും, വിപ്ലവാനന്തരം തുല്യരായി ഇന്ത്യൻജനത പരിഗണിക്കപ്പെടണമെങ്കിൽ ജാതിയുടെയോ വിശ്വാസത്തിന്റെയോ പേരിൽ അവർ വിവേചനത്തിനിരയാവില്ല എന്ന ബോധ്യമുണ്ടായിരിക്കണമെന്നും, 'ജാതിപ്രശ്നത്തെ വിപ്ലവത്തിനുമുമ്പ് കണക്കിലെടുത്തില്ലെങ്കിൽ വിപ്ലവാനന്തരം അതിന് നിർബന്ധിക്കപ്പെടുമെന്നും അദ്ദേഹം നിരീക്ഷിക്കുന്നുണ്ട്.

സാംസ്കാരികതലത്തിലുള്ള പരിഷ്കരണവും വിപ്ലവവും ഏറ്റവും പ്രാധാന്യമുള്ളതാണെന്ന തിരിച്ചറിവ് അംബേദ്കർക്കുണ്ടായിരുന്നു. 'ജാതിനിർമൂലനം' എന്ന പ്രബന്ധം ഹിന്ദുമതത്തിന്റ മനുഷ്യവിരുദ്ധതയെ തുറന്നുകാട്ടുന്നുണ്ട്. മൃഗതുല്യരായി ജീവിക്കുന്ന ആദിവാസി സമൂഹത്തെ സമുദ്ധരിക്കാൻ എന്ത് നടപടികളാണ് അത് കൈക്കൊണ്ടതെന്ന് അദ്ദേഹം ചോദിക്കുന്നു.

"ഹിന്ദുമതം പണ്ട് എങ്ങനെയായിരുന്നു എന്നതല്ല പ്രശ്നം. അത് ഒരു മിഷനറി മതമല്ലാതായിത്തീർന്നത് ജാതിവ്യവസ്ഥ വളർന്നുവന്നപ്പോഴാണ്. മതപരിവർത്തനവുമായി പൊരുത്തപ്പെടുന്നതല്ല ജാതി" എന്ന അംബേദ്കറുടെ നിരീക്ഷണം ഇന്നും പ്രസക്തമാണ്. അദ്ദേഹം തുടരുന്നു: "അന്യമതസ്ഥരിൽനിന്ന് ആളുകളെ ഉൾക്കൊള്ളാനും സ്വയം വികസിക്കാനും ഹിന്ദുക്കൾക്ക് തടസമായി നിന്നിട്ടുള്ളത് ജാതികളാണെന്ന് വ്യക്തം. ജാതി നിലനിൽക്കുന്നിടത്തോളം ഹിന്ദുമതത്തിന് ഒരു മിഷനറിമതമാകാൻ സാധ്യമല്ല."

ചാതുർവർണ്യത്തിനെതിരെയുള്ള സാംസ്കാരിക ചെറുത്തുനിൽപ്പുകൾ ഈ പ്രബന്ധത്തിൽ കാണാം. മനുഷ്യരെ നാലുവർഗങ്ങളായി വർഗീകരിക്കുക അസാധ്യമാണെന്നും ആദ്യമുണ്ടായ ഈ നാല് വർഗങ്ങൾ നാലായിരം ജാതികളായിത്തീർന്നതിനെക്കുറിച്ചും അംബേദ്കർ പ്രതിപാദിക്കുന്നുണ്ട്. 'ഒരു സാമൂഹിക സംഘടനാക്രമമെന്ന നിലയിൽ ചാതുർവർണ്യം അപ്രായോഗികവും വിനാശം നിറഞ്ഞതു'മാണെന്ന് അദ്ദേഹം നിരീക്ഷിക്കുന്നു.

ചാതുർവർണ്യത്തിൻകീഴിൽ സ്ത്രീകളുടെ സ്ഥിതിയെക്കുറിച്ച് അംബേദ്കർ ചിന്തിക്കുന്നു. വനിതകളായ പുരോഹിതരെയും വനിതകളായ സൈനികരെയും സങ്കൽപ്പിക്കാൻ അവർക്ക് കഴിയുമോ എന്ന ചോദ്യത്തിലൂടെയാണ് ചാതുർവർണ്യത്തിന്റെ സ്ത്രീവിരുദ്ധതയെ അദ്ദേഹം തുറന്നെതിർക്കുന്നത്.

ഈ പ്രബന്ധത്തിൽ അംബേദ്കർ ശ്രദ്ധേയമായ ഒരു നിരീക്ഷണം നടത്തുന്നുണ്ട്. അത് ഇന്ത്യയിൽ സംഭവിക്കാതെപോയ സാമൂഹ്യവിപ്ലവത്തെക്കുറിച്ചാണ്. മനുവിന്റെ നിയമസംഹിതകളിൽ കുരുങ്ങിക്കിടന്ന

അതിന്റെ ഇരകളായ ജനതയെ അഭിസംബോധന ചെയ്തുകൊണ്ട് അദ്ദേഹം പറയുന്നു:

> ലോകത്ത് മറ്റ് രാജ്യങ്ങളിൽ സാമൂഹിക വിപ്ലവങ്ങൾ നടന്നിട്ടുണ്ട്. എന്നാൽ ഇന്ത്യയിൽ എന്തുകൊണ്ട് സാമൂഹിക വിപ്ലവങ്ങൾ നടക്കുന്നില്ല എന്ന ചോദ്യം എന്നെ നിരന്തരം അലട്ടുന്നു. ഒരുത്തരം മാത്രമേ എനിക്ക് പറയാനുള്ളൂ. ചാതുർവർണ്യമെന്ന ഈ നികൃഷ്ടസമ്പ്രദായത്തിന്റെ പേരിൽ താഴ്ന്ന വർഗങ്ങൾക്ക് പ്രത്യക്ഷ സമരം നടത്താൻ കഴിവില്ലാതായിരിക്കുന്നു. അവർക്ക് ആയുധമെടുക്കാൻ കഴിഞ്ഞില്ല. ആയുധമില്ലാതെ പ്രക്ഷോഭം നടത്തുന്നതെങ്ങനെ? അവരെല്ലാം ഉഴവുകാരായിരുന്നു. അഥവാ ഉഴവുകാരാവാൻ വിധിക്കപ്പെട്ടവരായിരുന്നു. അവരുടെ കലപ്പക്കൊഴുവിനെ കരവാളായി മാറ്റാൻ അനുവദിച്ചിരുന്നില്ല. അവർക്ക് ബയണറ്റുകളില്ലായിരുന്നു.

യൂറോപ്പിലെ സാമൂഹികവിപ്ലവങ്ങളുടെ സാധ്യതയിൽനിന്നും വ്യത്യസ്തമായി ഇന്ത്യയിലെ മർദിതവർഗത്തിന്റെ അധ്വാനശക്തിപോലും, ശാരീരികശക്തിപോലും പണയപ്പെടുത്തപ്പെട്ടിരുന്നു. ചാതുർവർണ്യവ്യവസ്ഥ കീഴാളരെ ഒരു സാമൂഹ്യവിപ്ലവത്തിന് ശേഷിയില്ലാത്തവരാക്കുന്നു.

4

ബഹുസ്വരതയുടെ മനുഷ്യചരിത്രം

ജാതിയെക്കുറിച്ചുള്ള ചർച്ചയിൽ, ഹിന്ദുസമൂഹം ആർജിച്ചെടുത്ത മനുഷ്യവിരുദ്ധമായ ജാതിവ്യവസ്ഥയുടെയും അതുമായി ബന്ധപ്പെട്ട മറ്റെല്ലാ അനാചാരങ്ങളെയും കുറിച്ചുള്ള ചർച്ചയ്ക്കുമേൽ, മുസ്ലിങ്ങൾക്കും ക്രിസ്ത്യാനികൾക്കും സിക്കുകാർക്കും ജാതിയുണ്ടെന്ന മറുവാദത്തിലൂടെ രക്ഷപ്പെടാൻ ശ്രമിക്കുന്ന സവർണയുക്തിയെ അംബേദ്കർ നേരിടുന്നുണ്ട്. അംബേദ്കർ എഴുതുന്നു:

> ഈ പ്രശ്നം പരിഗണിക്കുമ്പോൾ മനുഷ്യസമൂഹം ഒരിടത്തും ഒറ്റ സമഗ്രതയല്ല. അതെപ്പോഴും ബഹുവചനരൂപിയാണ്... ഒരു നിർദിഷ്ടസമൂഹം മാതൃകാസമൂഹമാണോ എന്ന് നിർണയിക്കുമ്പോൾ അതിൽ ഗ്രൂപ്പുകളുണ്ടോ എന്ന ചോദ്യത്തിന് പ്രസക്തിയില്ല. കാരണം എല്ലാ സമൂഹത്തിലും ഗ്രൂപ്പുകളുണ്ട്. ഇത്തരുണത്തിൽ പ്രസക്തമായ ചോദ്യങ്ങൾ ഇവയാണ്. ഗ്രൂപ്പുകൾ ബോധപൂർവം പങ്കുവയ്ക്കുന്ന താൽപ്പര്യങ്ങൾ എണ്ണത്തിലും വൈവിധ്യത്തിലും എത്രമാത്രം ധാരാളിത്തം പുലർത്തുന്നു? മറ്റു സംഘടനാരൂപങ്ങളുമായുള്ള ഇടപെടൽ എത്രമേൽ പൂർണവും സ്വതന്ത്രവുമാണ്. ഗ്രൂപ്പുകളെയും വർഗങ്ങളെയും വേർപെടുത്തുന്ന ശക്തികൾ അവയെ സംയോജിപ്പിക്കുന്ന ശക്തികളേക്കാൾ അധികമാണോ? ഗ്രൂപ്പ് ജീവിതത്തിന് കൽപ്പിച്ചിട്ടുള്ള സാമൂഹിക പ്രാധാന്യമെന്താണ്? അതിന്റെ വേറിട്ടുള്ള നിലപാട് ആചാരത്തിന്റെയും സൗകര്യത്തിന്റെയും അടിസ്ഥാനത്തിലുള്ളതാണോ? അതോ മതപരമായ ഒന്നാണോ?"

ഈ ചോദ്യങ്ങളുടെ വെളിച്ചത്തിൽവേണം ഹൈന്ദവേതരർക്കിടയി

ലുള്ള ജാതിസമ്പ്രദായം തന്നെയാണോ ഹൈന്ദവർക്കിടയിലുള്ളതെന്ന് തീരുമാനിക്കേണ്ടതെന്ന് അംബേദ്കർ നിരീക്ഷിക്കുന്നു. ജാതിയുടെ സാമൂഹ്യാധികാരം മനുഷ്യനുമേൽ പ്രയോഗിക്കപ്പെടുന്നതിനെ സംബന്ധിച്ചുള്ള ഇത്തരം നിരീക്ഷണങ്ങൾ ഹൈന്ദവർക്കിടയിലും ഹൈന്ദവേതരർക്കിടയിലും ഒരേതരത്തിലല്ല ജാതിയുടെ നിലനിൽപ്പെന്ന് ബോധ്യമാകുന്നു.

മിശ്രവിവാഹത്തിന്റെ പ്രസക്തി

ജാതിയെ എങ്ങനെ നശിപ്പിക്കാമെന്ന ആലോചനകൾ പ്രായോഗികമാക്കേണ്ട വിഷയമാണെന്ന കാര്യത്തിൽ അംബേദ്കർക്ക് സംശയമില്ല. ഇന്ത്യൻ ജനതയെ വിഘടിതരാക്കിയതിൽ ജാതിയുടെ പങ്ക് മറ്റാരേക്കാളും നന്നായി അദ്ദേഹത്തിന് അറിയാമായിരുന്നു. 'മിശ്രഭോജനം' ജാതിയെ നശിപ്പിക്കാൻ അപര്യാപ്തമാണെന്ന അഭിപ്രായമാണ് അദ്ദേഹത്തിനുള്ളത്. ജാതിനിർമൂലനത്തിനുള്ള യഥാർഥ പ്രതിവിധി മിശ്രവിവാഹമാണെന്ന് അദ്ദേഹം നിരീക്ഷിക്കുന്നു. മിശ്രവിവാഹം ഹൈന്ദവേതരേക്കാൾ കൂടുതൽ ആവശ്യം ഹൈന്ദവസമൂഹത്തിനാണെന്നും, വിഘടിതമായ ഒരു സാമൂഹ്യവ്യവസ്ഥയിൽ വിവാഹം എന്നത് ഒരു സംയോജകശക്തിയായിത്തീരുമെന്നും അംബേദ്കർ അഭിപ്രായപ്പെടുന്നു.

മിശ്രഭോജനവും മിശ്രവിവാഹവും ഹിന്ദുത്വം വിശുദ്ധമെന്ന് കരുതുന്ന തത്വങ്ങളെയും വിശ്വാസങ്ങളെയും ഉല്ലംഘിക്കുകയാണ് ചെയ്യുന്നത്. ജാതിയെന്നത് പൊളിച്ചുമാറ്റാൻ പറ്റുന്ന തരത്തിലുള്ള ഒരു ഭൗതികവസ്തുവല്ല. അതിന്റെ നിലനിൽപ്പ് 'സാംസ്കാരിക' മേൽക്കോയ്മയിലൂടെയാണ്. ഈ സാംസ്കാരിക മേൽക്കോയ്മ സൃഷ്ടിക്കുന്ന ഭൗതിക ചുറ്റുപാടുകളെ ഭൗതികവാദപരമായി തിരിച്ചറിയുകയും ഭൗതികവാദപരമായി പ്രതിരോധിക്കുകയുമാണ് വേണ്ടതെന്ന കാഴ്ചപ്പാട് അംബേദ്കർക്കുണ്ടായിരുന്നു.

ബ്രാഹ്മണിസത്തെ പരിഷ്കരിക്കാമെന്ന സങ്കൽപ്പനത്തെ അദ്ദേഹം തുറന്നെതിർക്കുന്നുണ്ട്. രാഷ്ട്രീയമോ, സാമ്പത്തികമോ ആയ പരിവർത്തനങ്ങൾക്ക് ബ്രാഹ്മണ്യം പങ്കാളിയാകാം. എന്നാൽ മതപരിവർത്തനത്തെ അവർ അംഗീകരിക്കില്ല എന്ന അദ്ദേഹത്തിന്റെ നിരീക്ഷണം പ്രസക്തമാണ്.

യാഥാസ്ഥിതിക ബൗദ്ധിക നേതൃത്വം ഏറെ അസ്വസ്ഥതയോടെ മാത്രം ചെവിക്കൊണ്ട 'അംബേദ്കർ' എന്ന നാമം അതിന്റെ ഏറ്റവും വലിയ സാമൂഹ്യദൗത്യം നിറവേറ്റിയത് ഇനിയും പഠിക്കപ്പെടാതെപോയ ഈ കൃതികളിലൂടെയായിരുന്നു. സംസ്കാരത്തിന്റെ ഒരു കീഴാളപരിപ്രേക്ഷ്യം ഇന്ത്യൻ സമൂഹം തിരിച്ചറിയുന്നത് അംബേദ്കർ രചനകളിലൂടെയായിരുന്നു. *ജാതിനിർമൂലനം* എന്ന കൃതി അവശേഷിപ്പിക്കുന്ന സാംസ്കാരിക വിക്ഷോഭങ്ങൾ ഇനിയും തിരിച്ചറിയപ്പെടാനിരിക്കുന്നതേയുള്ളൂ.

5

അസ്പൃശ്യതയുടെ ഉറവിടം തേടി

ജാതിവ്യവസ്ഥ സൃഷ്ടിച്ച ഏറ്റവും മനുഷ്യവിരുദ്ധമായ പ്രയോഗമായിരുന്നു അസ്പൃശ്യത (untouchability). ജാതിയുടെ അടിസ്ഥാനത്തിൽ ശാരീരികമായി അകറ്റിനിർത്തുകയെന്നതാണത്. സാമൂഹ്യമായ ഇടകലരലിനെ അത് നിഷേധിക്കുന്നു. സ്വജാതിക്ക് വെളിയിലുള്ളവരെ ദൂരപരിധി നിശ്ചയിച്ച് മാറ്റിനിർത്തുന്ന ഈ സാമൂഹ്യ പ്രയോഗത്തിന്റെ ഇരകൾ ഇന്ത്യയിലെ കീഴാള ജനതയായിരുന്നു.

പൊതുവഴിയിലൂടെ നടക്കുവാനോ, പൊതുകിണറ്റിൽനിന്ന് വെള്ളമെടുക്കാനോ ആവകാശമില്ലാതെ അസ്പൃശ്യതയുടെ സാമൂഹ്യപരിസരത്ത് നാവുനഷ്ടപ്പെട്ടവരായി ഒരു ജനത നൂറ്റാണ്ടുകളായി ജീവിച്ചുവെന്നത് ഒരു ഇന്ത്യൻ യാഥാർഥ്യമായിരുന്നു. ഇന്നും അതിന്റെ ഒളിഞ്ഞും തെളിഞ്ഞുമുള്ള അധികാരപ്രയോഗങ്ങൾ ഇന്ത്യൻസമൂഹത്തിൽ നിലനിൽക്കുന്നു.

എന്തുകൊണ്ടാണ് ഒരു ജനതയെ ഈ വിധം അയിത്തസമൂഹമായി മാറ്റിത്തീർത്തത്? ജാതിവ്യവസ്ഥയെ ഉറപ്പിച്ചുനിർത്തുന്ന അസ്പൃശ്യതയുടെ വേരുകൾ എവിടെനിന്ന് തുടങ്ങുന്നു? ഇത്തരം വിഷയങ്ങളെ ചരിത്രപരമായി അന്വേഷിക്കുകയും വിശകലനം ചെയ്യുകയും ചെയ്ത ഏക വ്യക്തി അംബേദ്കറായിരുന്നു. ഉപരിപ്ലവമായ പല അന്വേഷണങ്ങളും ഇവിടെ നടന്നിട്ടുണ്ട്. പക്ഷേ, അംബേദ്കറുടെ *അസ്പൃശ്യർ* പോലുള്ള രചനകൾ ഈ വിഷയത്തിലേക്കുള്ള ആഴത്തിലുള്ള സഞ്ചാരമായിരുന്നു.

വംശീയതയും അസ്പൃശ്യതയും

വംശീയ വ്യത്യാസത്തിൽ നിന്നാണോ അസ്പൃശ്യത ഉത്ഭവിച്ചത്? ഈ വിഷയത്തിൽ സ്റ്റാൻലി റൈസി (Stanley Rice)ന്റെ വീക്ഷണത്തെ

അംബേദ്കർ വിശകലനവിധേയമാക്കുന്നു. റൈസിന്റെ സിദ്ധാന്തമനുസരിച്ച് വംശീയമായ വ്യത്യാസത്തിൽനിന്നാണ് അസ്പൃശ്യതയുടെ ഉത്ഭവം. റൈസിന്റെ വംശീയസിദ്ധാന്തത്തിൽ രണ്ടു സൂചനകൾ അടങ്ങിയതായി അംബേദ്കർ നിരീക്ഷിക്കുന്നു:

(1) അസ്പൃശ്യർ അനാര്യന്മാരും, ദ്രാവിഡേതരുമായ ആദിവാസികളാണ്.

(2) ദ്രാവിഡർ അവരെ പരാജയപ്പെടുത്തുകയും അടിച്ചമർത്തുകയും ചെയ്തു.

തുടർന്നദ്ദേഹം വിവരിക്കുന്നു:

> ഇന്ത്യയുടെ പ്രാചീനചരിത്രം പഠിക്കുന്ന വിദ്യാർഥികൾ പ്രാചീന ഭൂതകാലത്തേക്ക് കടന്നുചെല്ലുമ്പോൾ പലപ്പോഴും ആര്യന്മാർ, ദ്രാവിഡർ, ദാസന്മാർ, നാഗന്മാർ എന്നീ നാലുപേരുകൾ കണ്ടുമുട്ടാറുണ്ട്. ഈ പേരുകൾ എന്തിനെയാണ് സൂചിപ്പിക്കുന്നത്? ഈ ചോദ്യം ഒരിക്കലും പരിഗണിക്കപ്പെട്ടിട്ടില്ല. ആര്യന്മാർ, ദ്രാവിഡർ, ദാസന്മാർ, നാഗന്മാർ എന്നീ പേരുകൾ വ്യത്യസ്ത വംശങ്ങളുടെ പേരുകളാണോ? അതല്ല, ഒരേ വംശത്തിൽപ്പെട്ട ജനതയുടെ കേവലം വ്യത്യസ്തമായ പേരുകളാണോ?

വംശീയമായ വിഷയത്തിൽ ഈ ചോദ്യം വളരെ പ്രധാനപ്പെട്ടതാണ്. ആര്യന്മാർ എന്നത് ഒരു വംശത്തിന്റെ പേരാണെന്നിരിക്കെ അവർ ഒറ്റ ജനതയല്ലെ എന്നത് നിസ്തർക്കമായിരുന്നു. *ഋഗ്വേദ*ത്തെ അംഗീകരിക്കുന്ന ആര്യന്മാരും, *അഥർവ*വേദത്തെ അംഗീകരിക്കുന്ന ആര്യന്മാരും എന്നവിധത്തിൽ അവർ വിഘടിക്കപ്പെട്ടിരുന്നു. ഈ രണ്ടുവിഭാഗം ആര്യന്മാരും വ്യത്യസ്തമായ വംശങ്ങളായിരുന്നോ എന്ന അറിവും അപര്യാപ്തമാണ്. എന്തായാലും ആര്യൻ എന്നത് ഒരു വംശമായി പരിഗണിച്ചുകൊണ്ട് മുന്നോട്ടുനീങ്ങിയ ചരിത്രകാരന്മാർ വലിയ അബദ്ധത്തിലേക്കാണ് ചെന്നുചാടിയിരിക്കുന്നത് എന്ന് അംബേദ്കർ നിരീക്ഷിക്കുന്നു.

അതുപോലെ, ദാസന്മാരെ, നാഗന്മാരിൽനിന്നും വേർതിരിച്ചുകണ്ടത് മറ്റൊരു അബദ്ധമായിരുന്നു എന്ന് അംബേദ്കർ അഭിപ്രായപ്പെടുന്നു. ദാസന്മാർ എന്നത് നാഗന്മാരുടെ മറ്റൊരുപേര് മാത്രമായിരുന്നു എന്നാണ് അംബേദ്കർ നിരീക്ഷിക്കുന്നത്. അദ്ദേഹം എഴുതുന്നു:

> വേദസാഹിത്യത്തിൽ നാഗന്മാരെ ദാസന്മാർ എന്ന് വിളക്കാനിടയായതെങ്ങനെയെന്ന് മനസിലാക്കാൻ വിഷമമില്ല. ദാസൻ എന്നത് ദാഹകൻ എന്ന ഇന്തോ-ഇറാനിയൻ വാക്കിന്റെ സംസ്കൃതവൽക്കൃതമായ രൂപമാണ്. ദാഹകൻ എന്നത് നാഗന്മാരുടെ രാജാവിന്റെ പേരായിരുന്നു. അങ്ങനെ, ആര്യന്മാർ നാഗന്മാരെ അവരുടെ രാജാവിന്റെ പേര് ആസ്പദമാക്കി വിളിച്ചുവന്നു. 'ദാഹകൻ' എന്നത് അതിന്റെ സംസ്കൃതരൂപത്തിൽ 'ദാസൻ' എന്നായിത്തീർന്നു.

അത് എല്ലാ നാഗന്മാർക്കും ബാധകമായ പേരായിത്തീരുകയും ചെയ്തു.

ദാസന്മാർ എന്ന അപരനാമമുണ്ടായിരുന്ന നാഗന്മാർ അനാര്യന്മാരായിരുന്നു. ആര്യദൈവമായ ഇന്ദ്രന്റെ ശത്രുവായ സർപ്പദൈവമായ അഹിവിക്രനെ ആരാധിച്ചിരുന്നവരായിരിക്കാം നാഗന്മാർ. *ഋഗ്വേദ*ത്തിൽ നാഗന്മാർ ആദിവാസി ജനതയായല്ല സൂചിപ്പിച്ചിട്ടുള്ളത്. അവർക്ക് ഉന്നതമായ സാംസ്കാരിക നിലവാരമുണ്ടായിരുന്നു. മാത്രമല്ല, ഇന്ത്യയുടെ ഭൂരിഭാഗം പ്രവിശ്യകളും അവർ ഭരിച്ചിരുന്നു.

ഇനി അന്വേഷിക്കാനുള്ളത്, ആരാണ് ദ്രാവിഡർ എന്ന പേരിലറിയപ്പെട്ടിരുന്നതെന്നാണ്. നാഗന്മാർ തന്നെയാണോ ദ്രാവിഡർ? പൊതുവേ ഈ രണ്ടുപേരുകളും വ്യത്യസ്ത വംശങ്ങളെക്കുറിക്കുന്നതാണെന്ന് കരുതപ്പെടുന്നു. അംബേദ്കർ ഈ സാമാന്യവിശകലനത്തിൽനിന്ന് തെന്നിമാറുകയാണ്. നാളിതുവരെ ആരും കണ്ടെത്താത്ത ചരിത്രപരമായ ദുരൂഹതയുടെ മറനീക്കുകയാണ് അദ്ദേഹം. ഈ പ്രസ്താവന അനേകം പേരെ ഞെട്ടിക്കുമെന്ന് പറഞ്ഞുകൊണ്ട് അദ്ദേഹം എഴുതുന്നു: "ദ്രാവിഡരെന്നും നാഗന്മാരെന്നും പറയുന്നത് ഒരു ജനതയുടെ തന്നെ വ്യത്യസ്തമായ രണ്ടുപേരുകൾ മാത്രമാണെന്നത് വസ്തുതയാകുന്നു."

ദ്രാവിഡരെന്നും, നാഗന്മാരെന്നും അറിയപ്പെട്ടിരുന്ന ഇന്ത്യയിലെ ആദിമജനത ദക്ഷിണേന്ത്യയിലും ഉത്തരേന്ത്യയിലും അധിവസിച്ചിരുന്നു എന്ന് അംബേദ്കർ ചരിത്രപരമായി തെളിയിക്കുന്നുണ്ട്. ഇന്ത്യയിൽ അങ്ങോളമിങ്ങോളമുള്ള നാഗക്ഷേത്രങ്ങൾ തന്നെയാണ് അതിന് ഏറ്റവും വലിയ തെളിവ്.

പിന്നീട് മറ്റൊരു ചോദ്യത്തിലേക്കാണ് അംബേദ്കർ കടക്കുന്നത്. നാഗന്മാരും ദ്രാവിഡരും ഒരൊറ്റ ജനതയാണെങ്കിൽ ദക്ഷിണേന്ത്യയിലെ ജനങ്ങളെ സൂചിപ്പിക്കാൻ നാഗന്മാർ എന്ന പേര് സൂചിപ്പിക്കാത്തതെന്താണ്?

ഇത് നമ്മെ കൊണ്ടുചെന്നെത്തിക്കുന്നത് ഭാഷാശാസ്ത്രത്തിലേക്കാണ്. ദ്രാവിഡഭാഷയായ 'തമിഴ്' എന്നത് ഇന്ത്യയിലാകമാനം സ്വാധീനം ചെലുത്തിയിരുന്ന ഒരു ഭാഷയായിരുന്നു എന്ന് അംബേദ്കർ തെളിയിക്കുന്നു. അത് ദക്ഷിണേന്ത്യയുടെ മാത്രം ഭാഷയായിരുന്നില്ല; ആര്യാധിനിവേശത്തിന് മുമ്പ് ഇന്ത്യയിലാകമാനം വ്യാപിച്ചിരുന്നൊരു ഭാഷയായിരുന്നു അത്. അതായത് ഇന്ത്യയിലുള്ള നാഗന്മാരുടെ ഭാഷയായിരുന്നു തമിഴ്. 'തമിഴ്' എന്ന വാക്കിൽനിന്നാണ് 'ദ്രാവിഡൻ' എന്ന വാക്കുണ്ടാകുന്നതെന്ന് അംബേദ്കർ നിരീക്ഷിക്കുന്നു. 'ദ്രാവിഡൻ' എന്നത് ഒരു മൂലപദമല്ല. 'തമിഴ്' എന്ന വാക്കിന്റെ സംസ്കൃതവൽക്കൃതരൂപമാണിത്. 'തമിഴ്' സംസ്കൃതത്തിലേക്ക് ഇറക്കുമതി ചെയ്തപ്പോൾ 'ദമിള' ആയിത്തീർന്നു. കാലക്രമത്തിൽ 'ദമിള,' 'ദ്രാമിഡ'മായി.

അംബേദ്കർ ഇവിടെ സ്ഥാപിക്കാൻ ശ്രമിക്കുന്നത്, ദ്രാവിഡമെന്നത് ഒരു ജനതയുടെ ഭാഷയുടെ പേരാണ്. വംശത്തിന്റെ പേരല്ല എന്നതാണ്.

അംബേദ്കറുടെ വാക്കുകളിൽ: "നാഗന്മാരെന്നും ദ്രാവിഡന്മാരെന്നും പറയുന്നത് ഒരേ ജനതയുടെ രണ്ട് വ്യത്യസ്ത പേരുകളാണ്. 'നാഗന്മാർ' എന്നത് വംശീയവും സാംസ്കാരികവുമായ പേരായിരുന്നു. ദ്രാവിഡർ എന്നത് ഭാഷയെ അടിസ്ഥാനപ്പെടുത്തിയുള്ള പേരുമായിരുന്നു."

ഉത്തരേന്ത്യയിലെ നാഗന്മാരിൽനിന്ന് വ്യത്യസ്തമായി ദക്ഷിണേന്ത്യയിലെ നാഗന്മാർ അവരുടെ മാതൃഭാഷയെ കൈവിട്ടില്ല. ഉത്തരേന്ത്യൻ നാഗന്മാർ പിൽക്കാലത്ത് തമിഴിനെ പരിത്യജിച്ചുകൊണ്ട് സംസ്കൃതത്തെ സ്വീകരിക്കുകയും ചെയ്തു. ഈ വ്യത്യാസത്തിൽനിന്നാണ് ദക്ഷിണേന്ത്യൻ നാഗസമൂഹത്തിന് ദ്രാവിഡർ എന്ന പേര് ഉറച്ചുപോയതെന്ന് അംബേദ്കർ സ്ഥാപിക്കുന്നു.

വംശീയതയുടെ വേരുകൾ സംബന്ധിച്ച ഈ അന്വേഷണം അംബേദ്കർ ഇങ്ങനെ അവസാനിപ്പിക്കുന്നു: "അപ്പോൾ ദാസന്മാരും, നാഗന്മാരും ഒന്നുതന്നെയാണ്; നാഗന്മാരും ദ്രാവിഡരും ഒന്നുതന്നെയാണ്. മറ്റ് വാക്കുകളിൽ പറഞ്ഞാൽ ഇന്ത്യയിലെ വംശങ്ങളെക്കുറിച്ച് പറയാവുന്നത് അങ്ങേയറ്റം രണ്ട് വംശങ്ങൾ മാത്രമേ — അതായത്; ആര്യന്മാരും ദ്രാവിഡരും മാത്രമേ — രംഗത്തുണ്ടായിരുന്നുള്ളൂവെന്നത്രേ."

അസ്പൃശ്യതയുടെ ഉത്ഭവത്തെ സംബന്ധിച്ചുള്ള വംശീയ സിദ്ധാന്തം തീർത്തും പഴയതാണെന്ന് അഭിപ്രായപ്പെട്ടുകൊണ്ട്, അംബേദ്കർ അതിനെ തള്ളിക്കളയുന്നു.

അസ്പൃശ്യതയ്ക്ക് വംശീയ അടിസ്ഥാനം ഇല്ലാത്തതുപോലെതന്നെ തൊഴിൽപരവുമായ അടിസ്ഥാനമില്ലെന്നും, അസ്പൃശ്യതയുടെ ഉത്ഭവത്തിനുമുമ്പ് നിലവിലിരുന്നത് ഗോത്രത്തിൽപ്പെട്ട മനുഷ്യരും അന്യഗോത്രങ്ങളിൽനിന്നുള്ള വിഘടിത മനുഷ്യരും തമ്മിലുള്ള വ്യത്യാസമായിരുന്നുവെന്ന് അംബേദ്കർ സമർഥിക്കുന്നു.

അസ്പൃശ്യത ആവിർഭവിച്ചതിനുപിന്നിൽ രണ്ട് കാരണങ്ങളുണ്ടെന്ന് അംബേദ്കർ നിരീക്ഷിക്കുന്നു:

"വിഘടിത മനുഷ്യർ ബുദ്ധമതാനുയായികളായതുകൊണ്ട്, ബ്രാഹ്മണർക്ക് അവരോട് തോന്നിയ അവജ്ഞയും വിദ്വേഷവും."

"മറ്റുള്ളവർ ഗോമാസഭക്ഷണം നിറുത്തിയശേഷവും വിഘടിത മനുഷ്യർ അത് പിന്തുടർന്നത്."

ഇന്ത്യയിൽ അസ്പൃശ്യതയും ഗോമാംസഭക്ഷണവുമായി ബന്ധമുണ്ടെന്നാണ് ഇതിൽനിന്ന് തെളിയുന്നത്. അസ്പൃശ്യതയുടെ മുഖ്യകാരണമായി അംബേദ്കർ ചൂണ്ടിക്കാണിക്കുന്നത് ഗോമാംസഭക്ഷണം തന്നെയാണ്.

അസ്പൃശ്യതയെ സംബന്ധിച്ച അംബേദ്കറുടെ ഈ അന്വേഷണം പ്രധാനമായും ഊന്നുന്നത് അസ്പൃശ്യതയുടെ രണ്ട് സ്രോതസ്സുകൾ എന്നത് ബുദ്ധമതാനുയായികൾക്കെതിരെ ബ്രാഹ്മണർ പ്രചരിപ്പിക്കുകയും പ്രയോഗിക്കുകയും ചെയ്ത അറപ്പിന്റെയും വെറുപ്പിന്റെയും സാമൂ

ഹ്യാന്തരീക്ഷമാകുന്നു. വിഘടിതരായവർ നിലനിർത്തിയ ഗോമാംസഭക്ഷണ ശീലമാണ് മറ്റൊന്ന്.

ഇതിൽ അസ്പൃശ്യതയുടെ കാരണമായി ആദ്യത്തെ സാമൂഹ്യാവസ്ഥയെ (ബുദ്ധമതക്കാരോടുള്ള അറപ്പിന്റെയും വെറുപ്പിന്റെയും അന്തരീക്ഷം) പൂർണമായ അർഥത്തിൽ കാണാൻ കഴിയില്ല. കാരണം, ബുദ്ധമതത്തോടുള്ള ബ്രാഹ്മണിസത്തിന്റെ എതിർപ്പ് കുറേക്കൂടി സാമാന്യമായിരുന്നു. അത് വിഘടിത സമൂഹത്തെ മാത്രമല്ല, എല്ലാ ബുദ്ധമതാനുയായികളോടും അവർ പുലർത്തിപ്പോന്നു. ഇവിടെ സവിശേഷമായി പരിഗണിക്കേണ്ട വിഷയം വിഘടിതമനുഷ്യർ മാത്രം അസ്പൃശ്യരായിത്തീർന്നത് എന്തുകൊണ്ടെന്നാണ്.

അംബേദ്കർ പറയുന്നത്; വിഘടിത മനുഷ്യർ അസ്പൃശ്യരായത് അവർ ബുദ്ധമതാനുയായികളായിത്തീർന്നതുകൊണ്ട് മാത്രമല്ല, അവർ ഗോമാംസം ഭക്ഷിച്ചിരുന്നതുകൊണ്ടുകൂടിയാണ്. അഥവാ ഗോമാംസഭക്ഷണമാണ് വിഘടിതമനുഷ്യരെ അസ്പൃശ്യരാക്കിത്തീർത്തത്.

അപ്പോൾ ഗോമാംസഭക്ഷണത്തെ അസ്പൃശ്യതയുടെ ആണിക്കല്ലായി പരിഗണിക്കുമ്പോൾ നിരവധി ചോദ്യങ്ങൾ ഉയർന്നുവരുമെന്ന് അംബേദ്കർ പറയുന്നു.

> ഗോമാംസഭക്ഷണത്തിനെതിരായി ഹിന്ദുക്കൾക്കുള്ള മനം മടുപ്പിനുള്ള കാരണമെന്താണ്? ഗോമാംസഭക്ഷണത്തിന് ഹിന്ദുക്കൾ എല്ലായ്പ്പോഴും എതിരായിരുന്നുവോ? അസ്പൃശ്യർ ആരംഭം മുതൽക്കേ ഗോമാംസം ഭക്ഷിക്കുന്നവരായിരുന്നോ? ഹിന്ദുക്കൾ മാംസം ഭക്ഷിക്കുന്ന സമ്പ്രദായം ഉപേക്ഷിച്ചപ്പോൾ അവർ എന്തുകൊണ്ട് ഉപേക്ഷിച്ചില്ല? അസ്പൃശ്യർ എല്ലായ്പ്പോഴും അസ്പൃശ്യരായിരുന്നോ? ഗോമാംസഭക്ഷണം അസ്പൃശ്യതയ്ക്ക് കാരണമായിത്തീർന്നതെങ്ങനെ?

ഈ ചോദ്യങ്ങൾക്കുള്ള ഉത്തരം കണ്ടെത്താൻ ശ്രമിക്കുന്നതിലൂടെയാണ് അംബേദ്കർ അസ്പൃശ്യതയെ സംബന്ധിച്ച ദുരൂഹതകളുടെ ചുരുൾ നിവർത്തുന്നത്.

6

ബ്രാഹ്മണർ ഗോമാംസം ഭക്ഷിച്ചിരുന്നില്ലേ?

ഇന്ത്യയിൽ 'ഭക്ഷണത്തിന്റെ രാഷ്ട്രീയം' വളരെ പ്രധാനമാണ്. മാംസാഹാരം അധമവും സസ്യാഹാരം ശ്രേഷ്ഠവുമാണെന്ന പൊതുബോധനിർമിതി ഇവിടെ നടന്നിട്ടുണ്ട്. ഇത് സസ്യാഹാരത്തിന്റെ ശ്രേഷ്ഠതയെ ഉയർത്തിപ്പിടിക്കുന്ന ബ്രാഹ്മണിസത്തിന്റെ അധീശപ്രത്യയശാസ്ത്ര സൃഷ്ടിയാണെന്ന് കാണാനാവും.

ഭക്ഷണത്തിന്റെ ജനാധിപത്യവൽക്കരണം ഇനിയും നിറവേറ്റപ്പെടാതെ പോകുന്നത് ഈ മേൽക്കോയ്മ പ്രത്യയശാസ്ത്രത്തിന്റെ ആന്തരിക ബലതന്ത്രത്തെയാണ് സൂചിപ്പിക്കുന്നത്.

ഇനിയും പരിഹരിക്കപ്പെടാതെപോകുന്ന ജനാധിപത്യത്തിന്റെ ഇത്തരം സാംസ്കാരിക ഇടങ്ങളെ വ്യാപിപ്പിക്കുകയും പൂരിപ്പിക്കുകയും ചെയ്യേണ്ട രാഷ്ട്രീയ കർത്തവ്യം ഏറ്റെടുക്കുന്ന മതനിരപേക്ഷവാദികൾക്ക് അംബേദ്കറുടെ ഈ പ്രബന്ധം സസ്യാഹാരത്തിന്റേതായ വെറുപ്പിന്റെ പ്രത്യശാസ്ത്രത്തിനെതിരെയുള്ള ചരിത്രപാഠങ്ങളെ തുറന്നിടുന്നുണ്ട്. അദ്ദേഹം ഇങ്ങനെ ആരംഭിക്കുന്നു:

> ഹിന്ദുക്കൾ എന്നെങ്കിലും ഗോമാംസം ഭക്ഷിച്ചിട്ടുണ്ടോ? എന്ന ചോദ്യത്തിന് സ്പൃശ്യനായ ഓരോ ഹിന്ദുവും 'ഇല്ല', 'ഒരിക്കലുമില്ല' (അയാൾ ബ്രാഹ്മണനായാലും അബ്രാഹ്മണനായാലും) എന്ന് മറുപടി പറയും. ഒരു പ്രത്യേക അർഥത്തിൽ അത് ശരിയാണ്. ചരിത്രത്തിലെ ഒരു പ്രത്യേക ഘട്ടം മുതൽ ഒരു ഹിന്ദുവും ഗോമാംസം ഭക്ഷിച്ചിട്ടില്ല. പക്ഷേ, ഹിന്ദുക്കൾ ഒരിക്കലും ഗോമാംസം ഭക്ഷിച്ചിട്ടില്ലെന്നു മാത്രമല്ല, പശുവിനെ വിശുദ്ധമായി കരുതുകയും എല്ലായ്പ്പോഴും ഗോവധത്തെ എതിർക്കുകയും

> ചെയ്തിരുന്നുവെന്നും പണ്ഡിതനായ ഒരു ബ്രാഹ്മണൻ വാദിക്കുമ്പോൾ അവരുടെ അഭിപ്രായം അംഗീകരിക്കുവാൻ സാധ്യമല്ല.
>
> ഹിന്ദുക്കൾ ഗോമാംസം ഭക്ഷിച്ചിരുന്നു എന്നതിന്റെ തെളിവായി *ഋഗ്വേദ*ത്തിൽനിന്ന് അംബേദ്കർ തെളിവുകൾ നിരത്തുന്നു: "അവർ എനിക്കായി പതിനഞ്ചിലധികം, ഇരുപതോളം ഋഷഭങ്ങളെ വേവിച്ചു" എന്ന് *ഋഗ്വേദം* X 86.14–ൽ ഇന്ദ്രൻ പറയുന്നു. അഗ്നിക്കുവേണ്ടി കുതിരകളേയും പോത്തുകളേയും കാളകളെയും മച്ചിപ്പശുക്കളെയും ഹോമിച്ചുവെന്ന് *ഋഗ്വേദം* X 91.14–ൽ പറയുന്നു.

അതിഥികൾക്കുവേണ്ടി പശുവിനെ കൊല്ലുന്ന സമ്പ്രദായം മുമ്പേ നിലനിന്നിരുന്നതായി അംബേദ്കർ സൂചിപ്പിക്കുന്നു. അതിഥിയെ 'ഗോഘ്നൻ' അഥവാ പശുവിന്റെ ഘാതകൻ എന്ന് വിളിച്ചിരുന്ന പതിവുണ്ടായിരുന്നു.

വേദങ്ങളും സൂത്രങ്ങളും ആഴത്തിൽ പരിശോധിക്കുമ്പോൾ വ്യക്തമാകുന്നത്; പ്രാചീന ഹിന്ദുസമൂഹത്തിൽ നിശ്ചയമായും ഗോവധവും ഗോമാംസഭക്ഷണവും സാധാരണ നടപടിയായിരുന്നു എന്നുതന്നെയാണ്. നിരവധി തെളിവുകൾ നിരത്തി അംബേദ്കർ ഇങ്ങനെ പറയുന്നു: "ഈ തെളിവുകൾ വച്ചുനോക്കുമ്പോൾ ബ്രാഹ്മണരും അബ്രാഹ്മണരുമായ ഹിന്ദുക്കൾ മാംസം മാത്രമല്ല, പിന്നെയോ ഗോമാംസം കൂടി ഭക്ഷിച്ച ഒരു കാലമുണ്ടായിരുന്നുവെന്നതിൽ തർക്കമില്ല."

7

ബ്രാഹ്മണർ എന്തുകൊണ്ടാണ് സസ്യഭുക്കുകളായത്?

ബ്രാഹ്മണർ സസ്യഭുക്കുകളായത് എന്തുകൊണ്ട് എന്ന ചോദ്യം നമ്മെ എത്തിക്കുന്നത് അബ്രാഹ്മണർ സസ്യഭുക്കുകളായിത്തീർന്ന സാഹചര്യത്തിലേക്കാണ്. ബുദ്ധമതത്തിന്റെ സ്വാധീനം സാധാരണ മനുഷ്യരിലുണ്ടാക്കിയ ആത്മീയവും ഭൗതികവുമായ മാറ്റങ്ങളിൽ നിന്നാണ് അതിന്റെ തുടക്കം. എല്ലാത്തരം ഹിംസകൾക്കുമെതിരെയുള്ള ബുദ്ധശാസനങ്ങൾ അശോകനെപ്പോലുള്ള ചക്രവർത്തിമാർ നടപ്പിലാക്കിയിരുന്നു. എന്നാൽ അശോകന് 'പശുവിന്റെ കാര്യത്തിൽ പ്രത്യേക താൽപ്പര്യമില്ലായിരുന്നു' എന്ന് അംബേദ്കർ നിരീക്ഷിക്കുന്നു. അഥവാ ഗോവധനിരോധനം ഒരു ശാസനമായി, ലിഖിത നിയമമായി ഉണ്ടായിരുന്നില്ല എന്നർഥം.

ഒരു ജീവിയേയും ഹിംസിക്കാൻ പാടില്ല എന്ന നിയമത്തിൽ പശുവും ഉൾപ്പെടുമല്ലോ. അത്രമാത്രം.

ബുദ്ധമതത്തെ ഏറ്റുവാങ്ങിയ അബ്രാഹ്മണരിൽ നടന്ന വലിയൊരു വിപ്ലവമായി ഗോമാംസഭക്ഷണ ബഹിഷ്കരണത്തെ കണക്കാക്കാം. അംബേദ്കർ എഴുതുന്നു:

> ബ്രാഹ്മണർ ഏറ്റവും വലിയ ഗോമാംസഭോജികളായിരുന്ന ഒരു കാലമുണ്ടായിരുന്നു. അബ്രാഹ്മണർ ഗോമാംസം ഭക്ഷിച്ചിരുന്നെങ്കിലും എപ്പോഴും അതവർക്ക് കിട്ടിയിരുന്നില്ല. അന്ന് പശു വിലയേറിയ ഒരു മൃഗമായിരുന്നു. ഭക്ഷണത്തിനായി അവയെ കശാപ്പുചെയ്യാനുള്ള സാമ്പത്തികശേഷി അബ്രാഹ്മണർക്കുണ്ടായിരുന്നില്ല.

പക്ഷേ, ബ്രാഹ്മണന്റെ കാര്യം ഇതിൽനിന്ന് വ്യത്യസ്തമായിരുന്നു. അവൻ പുരോഹിതനായിരുന്നു. ആചാരാനുഷ്ഠാനങ്ങൾക്ക് ഗോബലി

നിർബന്ധമായിരുന്ന ഒരുകാലത്ത് അതിന്റെ കാർമികൻ എന്ന നിലയ്ക്ക് ബ്രാഹ്മണന് എന്നും ഗോമാംസം ലഭിച്ചിരുന്നു. ബ്രാഹ്മണർ, യജ്ഞമൃഗത്തിന്റെ പ്രധാനഭാഗങ്ങൾ കരസ്ഥമാക്കിയിരുന്നതായി *ആത്രേയ ബ്രാഹ്മണ*ത്തെ ഉദ്ധരിച്ചുകൊണ്ട് അംബേദ്കർ സ്ഥാപിക്കുന്നു.

ഇങ്ങനെ ഭക്ഷണത്തിലെ പ്രധാന വിഭവമായി ഗോമാംസം നിലനിർത്തിയിരുന്ന ബ്രാഹ്മണർ എന്തുകൊണ്ടാണ് അതുപേക്ഷിച്ചത്? മനുവിന്റെ നിയമസംഹിതയിലൊരിടത്തും ഗോവധ നിരോധനമോ, ഗോമാംസ ഭക്ഷണവിലക്കുകളോ ഇല്ലെന്ന നിലയ്ക്ക് ഒരാദർശമെന്ന നിലയ്ക്കല്ല, മറിച്ച് ഒരു തന്ത്രമെന്ന നിലയ്ക്കാണ് ബ്രാഹ്മണർ ഗോമാംസഭക്ഷണത്തെ ഉപേക്ഷിക്കുന്നതെന്ന് അംബേദ്കർ നിരീക്ഷിക്കുന്നു.

ബുദ്ധമതവും ബ്രാഹ്മണമതവും തമ്മിലുള്ള സംഘർഷത്തിന്റെ അനന്തരഫലമായിരുന്നു ബ്രാഹ്മണരുടെ ഗോമാംസവർജനം എന്ന് അംബേദ്കർ സ്ഥാപിക്കുന്നുണ്ട്. ബുദ്ധമതം ഒരുകാലത്ത് ഇന്ത്യയിലെ ഭൂരിപക്ഷമതമായിരുന്നു. ബ്രാഹ്മണിസത്തിന്റെ മനുഷ്യവിരുദ്ധമായ ആശയങ്ങളെയും പ്രയോഗങ്ങളെയും എതിർത്തുകൊണ്ടാണ് ബുദ്ധമതം ജനഹൃദയങ്ങളിൽ സ്ഥാനംപിടിക്കുന്നത്. ബ്രാഹ്മണമതം ജനങ്ങളിൽനിന്നകന്നു, ബ്രാഹ്മണരുടെ അധികാരവും അന്തസ്സും നഷ്ടമായിക്കൊണ്ടിരുന്നു. അംബേദ്കർ എഴുതുന്നു:

> ബുദ്ധമതത്തിന്റെ കൈകളിൽനിന്ന് ഏറ്റുവാങ്ങിയ പരാജയത്തിൻ കീഴിൽ അവർ (ബ്രാഹ്മണർ) തീവ്രവേദന അനുഭവിച്ചുകൊണ്ടിരുന്നു. അതേസമയംതന്നെ നഷ്ടപ്പെട്ട അധികാരവും അന്തസ്സും വീണ്ടെടുക്കാൻ അവർ സാധ്യമായ സർവയത്നങ്ങളും നടത്തുന്നുണ്ടായിരുന്നു. ബുദ്ധമതം ബഹുജനമനസിൽ അഗാധമായ സ്വാധീനം ചെലുത്തുകയും അവരെ വളരെയധികം വശംവദരാക്കുകയും ചെയ്തതിന്റെ ഫലമായി ബുദ്ധമതാനുയായികളുടെ സമ്പ്രദായങ്ങളും ശൈലികളും സ്വീകരിക്കാതെ അവരോട് പോരാടൻ കഴിയില്ലായിരുന്നു.

ബുദ്ധമതം എല്ലാത്തരം ബലികളെയും നിരാകരിച്ചു. പ്രത്യേകിച്ച് പശുബലി. അബ്രാഹ്മണജനത കർഷകർ ആയതിനാൽ കാർഷികവൃത്തിയിൽ വളരെ ഉപകാരിയായ പശുവിനെ കശാപ്പുചെയ്യാതിരിക്കുന്നത് അവരെ സംബന്ധിച്ചിടത്തോളം സന്തോഷകരമായ ഒരുകാര്യമായിരുന്നു.

ഗോഹത്യ ചെയ്യുന്ന ബ്രാഹ്മണർ സാധാരണജനങ്ങളിൽ നിന്നകന്നു. ഇത് അവരുടെ ഭൗതികമായ നിലനിൽപ്പിനെതന്നെ ബാധിക്കുന്നതായിരുന്നു. പൗരോഹിത്യത്തിന്റെ അധികാരപീഠങ്ങളിൽ മൃഗബലിയുടെ രക്തശ്ലോകങ്ങൾ ഉരുവിട്ടവരുടെ ഉപജീവനംതന്നെ വഴിമുട്ടുവാൻ തുടങ്ങി. 'ബ്രാഹ്മണൻ' എന്നത് പരിഹാസ്യമായ ഒന്നായിത്തീർന്നു. ഇതിനെ മറികടക്കുവാൻ അവർ സ്വയം സഹനത്തിന്റേതായ ഒരു വിപ്ലവം നടത്തി. അതായിരുന്നു സസ്യഭോജനം. അംബേദ്കർ എഴുതുന്നു: "നഷ്ടപ്പെട്ട

സ്ഥാനം വീണ്ടെടുക്കാൻ ബ്രാഹ്മണർക്ക് എന്താണ് ചെയ്യാൻ കഴിയുക? ബുദ്ധഭിക്ഷുക്കളെ കടത്തിവെട്ടണമെങ്കിൽ മാംസഭക്ഷണം ഉപേക്ഷിച്ചാൽ മാത്രം പോരാ. പിന്നെയോ സസ്യഭുക്കുകളായിത്തീരുകയും വേണം. അതവർ ചെയ്തു."

ബ്രാഹ്മണരുടെ അതിജീവനതന്ത്രങ്ങൾ അവിടെയും അവസാനിച്ചില്ല. അംബേദ്കറുടെ നിരീക്ഷണത്തിൽ: "യജ്ഞസമ്പ്രദായം ഉപേക്ഷിക്കുകയും പശുബലി പരിത്യജിക്കുകയും ചെയ്തതുകൊണ്ട് പരിമിതമായ പ്രയോജനമേ ഉണ്ടായിരുന്നുള്ളൂ. പരമാവധി അത് ബ്രാഹ്മണരെ ബുദ്ധമതവിശ്വാസികളുടെ അതേ നിലവാരത്തിൽ എത്തിക്കും." അവർക്കത് പോരല്ലോ. നഷ്ടപ്പെട്ട അധികാരവും അന്തസ്സും തിരിച്ചുപിടിക്കുകയെന്നതായിരുന്നു അവരുടെ ലക്ഷ്യം. സാംസ്കാരികമായ ഹൈജാക്കിങ്ങിലൂടെ മാത്രമേ അത് സാധിക്കൂവെന്ന് അവർക്ക് നന്നായി അറിയാം. യജ്ഞങ്ങൾക്കായി പശുവിനെ കൊല്ലുന്നതിനോടുള്ള എതിർപ്പിൽനിന്ന് ബുദ്ധഭിക്ഷുക്കൾ നേടിയെടുത്ത ജനസമ്മിതിയിൽനിന്ന് അവരെ പുറത്താക്കണമായിരുന്നു അവർക്ക്. അതിനവർ തീവ്രവാദത്തെ തീവ്രവാദംകൊണ്ട് നേരിടുകയെന്ന തന്ത്രമല്ല പയറ്റിയത്. ബുദ്ധഭിക്ഷുക്കളെ പരാജയപ്പെടുത്താനുള്ള ഏകമാർഗം അവരേക്കാൾ ഒരുപടികൂടി മുന്നോട്ടുപോയി സസ്യഭുക്കുകളായിത്തീരുക മാത്രമല്ല, 'ഗോപൂജ' ആരംഭിക്കുകയും ചെയ്തു! ബുദ്ധമതവും ബ്രാഹ്മണമതവും തമ്മിലുള്ള മത്സരത്തിന്റെ ഫലമായിരുന്നു ബ്രാഹ്മണരുടെ ഗോപൂജയും ഗോമാംസവർജനവും എന്ന് സ്ഥാപിച്ചശേഷം അംബേദ്കർ മറ്റൊരു പ്രശ്നത്തിലേക്ക് കടക്കുന്നു.

ഗോമാംസഭക്ഷണം എന്തുകൊണ്ടാണ് വിഘടിതമനുഷ്യരെ അസ്പൃശ്യരാക്കിയത് എന്നതായിരുന്നു അത്. അംബേദ്കർ എഴുതുന്നു:

> ബ്രാഹ്മണർ പശുവിനെ വിശുദ്ധമൃഗമാക്കി. പക്ഷേ, ജീവനുള്ള പശുവും ചത്ത പശുവും തമ്മിൽ വ്യത്യാസം കൽപ്പിക്കാൻ അവർ മിനക്കെട്ടില്ല. ജീവനുള്ളതായാലും ശരി, ചത്തതായാലും ശരി, പശു വിശുദ്ധമായിരുന്നു. ഗോമാംസഭക്ഷണം കുറ്റകൃത്യം മാത്രമായിരുന്നില്ല. അത് കുറ്റകൃത്യം മാത്രമായിരുന്നെങ്കിൽ അതുകൊണ്ട് ശിക്ഷയിൽ കവിഞ്ഞൊന്നും വരാനില്ലായിരുന്നു.

എന്നാൽ ഗോമാംസഭക്ഷണം കുറ്റകൃത്യം എന്നതിലുപരി മതനിന്ദയാക്കിത്തീർക്കുകയായിരുന്നു ഇന്ത്യൻ ബ്രാഹ്മണ്യം. അതായത്, പശുവിനെ ഭക്ഷിക്കുന്നതിൽ വിഘടിത മനുഷ്യർ മതനിന്ദചെയ്ത കുറ്റവാളികളായി കണക്കാക്കപ്പെട്ടുതുടങ്ങി. തുടർന്ന് അംബേദ്കർ എഴുതുന്നു: "പശു വിശുദ്ധമായിത്തീരുകയും വിഘടിത മനുഷ്യർ ഗോമാംസം ഭക്ഷിക്കുന്ന പതിവ് തുടരുകയും ചെയ്തപ്പോൾ കൂട്ടുകെട്ടിന് യോഗ്യതയില്ലാത്തവരായി, അതായത് അസ്പൃശ്യരായി."

മറ്റൊരധ്യായത്തിൽ എന്നുമുതൽക്കാണ് വിഘടിതമനുഷ്യർ അസ്പൃശ്യരായതെന്ന് അംബേദ്കർ കുറേക്കൂടി വ്യക്തമാക്കുന്നുണ്ട്. അസ്പൃശ്യതയുടെ കൃത്യകാലം നിർണയിക്കുക അസാധ്യമായ കാര്യമാണെന്ന് അദ്ദേഹം പറയുന്നു. പക്ഷേ, ഏകദേശകാലം നിർണയിക്കാൻ കഴിയും.

അസ്പൃശ്യതയുടെ ഉത്ഭവം ഗോവധത്തിനും ഗോമാംസഭക്ഷണത്തിനുമെതിരായ നിരോധനവുമായി ബന്ധപ്പെട്ടിരിക്കുന്നതിനാൽ എന്നുമുതലാണ് ഗോവധം ഒരു കുറ്റകൃത്യമായി പരിഗണിക്കാൻ തുടങ്ങിയത് എന്ന് പരിശോധിക്കേണ്ടിയിരിക്കുന്നു. അംബേദ്കർ എഴുതുന്നു:

> മനു ഗോമാംസഭക്ഷണം നിരോധിച്ചില്ലെന്നും ഗോവധം കുറ്റകൃത്യമാക്കിയിട്ടില്ലെന്നും നമുക്കറിയാം. എന്നാണത് കുറ്റകൃത്യമായത്? ഡോ. ഡി ആർ ദണ്ഡാർകർ തെളിയിച്ചിട്ടുള്ളതുപോലെ എ ഡി നാലാം ശതകത്തിൽ എപ്പോഴോ ഗുപ്തരാജാക്കന്മാരാണ് ഗോവധം വധശിക്ഷയ്ക്ക് അർഹമായ കുറ്റകൃത്യമാക്കിയത്.

എ ഡി 400നടുത്ത് എപ്പോഴോ ആണ് അസ്പൃശ്യത ആരംഭിച്ചതെന്ന് അംബേദ്കർ സ്ഥാപിക്കുകയാണിവിടെ. സാംസ്കാരികവും രാഷ്ട്രീയവുമായ മേൽക്കോയ്മകൾക്കായി ബുദ്ധമതവും ബ്രാഹ്മണമതവും നടത്തിയ മത്സരത്തിൽനിന്ന് തുടങ്ങിയ അസ്പൃശ്യതയെന്ന സാമൂഹ്യപ്രയോഗം വിവിധ കാലങ്ങളിലൂടെ സഞ്ചരിച്ച് ഇന്ത്യയിലെ കീഴാള സമൂഹത്തെ ഒന്നടങ്കം അടിച്ചമർത്തിക്കൊണ്ടിരുന്നു.

ആധുനിക ജനാധിപത്യ ഇന്ത്യയിലും അതിന്റെ പ്രത്യക്ഷവും പരോക്ഷവുമായ പ്രയോഗങ്ങൾ പലരീതിയിൽ ഇന്നും നിലനിൽക്കുന്നു.

ഇന്ത്യയിലെ അധഃസ്ഥിത ജനസമൂഹത്തിനുവേണ്ടി അംബേദ്കർ ചെയ്ത ഏറ്റവും വലിയ സേവനം എന്നത് അദ്ദേഹത്തിന്റെ ഇത്തരത്തിലുള്ള രചനകളായിരുന്നു. ഒരു സാംസ്കാരിക വിപ്ലവത്തിന് തുടക്കം കുറിച്ച അദ്ദേഹത്തിന്റെ ഈ അന്വേഷണങ്ങൾ ഭാവി മതനിരപേക്ഷ/ജനാധിപത്യ ഇന്ത്യക്കാവശ്യമായ സാംസ്കാരികോപകരണങ്ങളായി നിലനിൽക്കും.

8

അംബേദ്കറുടെ രാഷ്ട്രീയസങ്കൽപ്പം

ഡോ. അംബേദ്കർ ഒരു കമ്യൂണിസ്റ്റായിരുന്നില്ല. മാർക്സിസത്തിന്റെ സാധ്യതകളെ സംബന്ധിച്ച് അന്ന് ലഭ്യമായിരുന്ന അറിവുകളിൽനിന്നും വിവരണങ്ങളിൽനിന്നും സ്വാംശീകരിച്ച നിലപാടുകളായിരുന്നു അദ്ദേഹത്തിനുണ്ടായിരുന്നത്. ഇന്ത്യയിൽ ഇനിയും പൂർത്തിയാവാത്ത ജനകീയ ജനാധിപത്യ വിപ്ലവ മുന്നേറ്റങ്ങൾക്കാവശ്യമായ പലതും അംബേദ്കറുടെ രാഷ്ട്രീയ സങ്കൽപ്പത്തിലുണ്ട്. ജനാധിപത്യത്തിന്റെയും മതനിരപേക്ഷതയുടെയും ഒരിന്ത്യൻ അവബോധം കരുപ്പിടിപ്പിക്കുന്നതിൽ അംബേദ്കർ വഹിച്ച പങ്ക് ചെറുതല്ല.

ദേശീയ പ്രസ്ഥാനത്തിന്റെ നേതാക്കൾ പങ്കിട്ട രാഷ്ട്രീയാവബോധത്തിൽനിന്നും വ്യത്യസ്തമായിരുന്നു അംബേദ്കറുടെ കാഴ്ചപ്പാടുകൾ. 1998 ഏപ്രിൽ 25ന് അംബേദ്കറുടെ 107ാം ജന്മവാർഷികത്തിന്റെ ഭാഗമായി പശ്ചിമബംഗാൾ ഗവൺമെന്റ് സംഘടിപ്പിച്ച സെമിനാറിൽ 'ദളിതരെയും പിന്നോക്കവിഭാഗങ്ങളെയും മുഖ്യധാരയിൽ സംയോജിപ്പിക്കുന്നതിന്റെ പ്രശ്നങ്ങൾ' എന്ന വിഷയത്തെ അധികരിച്ച് സീതാറാം യെച്ചൂരി അവതരിപ്പിച്ച പ്രബന്ധത്തിൽ പറയുന്നു:

> സ്വാതന്ത്ര്യ പ്രസ്ഥാനത്തിനകത്തുതന്നെ ജാതിസ്ഥാപനങ്ങൾ തുടർന്ന് നിൽക്കുന്നതിന് സഹായിച്ച രണ്ടുപ്രവണതകൾ ഉണ്ടായിരുന്നു. ഒന്നാമത്തേത്, നേതാക്കളിൽ ചിലരെ പിടികൂടിയ പുനരുത്ഥാന പ്രത്യയശാസ്ത്രം; ഉപരിജാതി ഹൈന്ദവപശ്ചാത്തലത്തിൽനിന്ന് വന്ന നേതാക്കൾ അവരുടെ ഭൂതകാലത്തിൽനിന്നാണ് അതിജീവനശേഷി നേടിയിരുന്നത്. ഈ പ്രക്രിയയിൽ അവർ ഭൂതകാലസ്ഥാപനങ്ങളെ ന്യായീകരിച്ചു. ഈ പ്രവണതകളുടെ ഏറ്റവും നല്ല ഉദാഹരണം തിലകനായിരുന്നു.

സവർണഹിന്ദുമതത്തിന്റെ ആശയമാതൃകകളെ കൊളോണിയലിസത്തിനെതിരെ നിർത്തിക്കൊണ്ടുള്ള പ്രവർത്തനപദ്ധതികൾക്കാണ് ദേശീയനേതൃത്വം ഊന്നൽ കൊടുത്തിരുന്നത്. ഇത് ഇന്ത്യയിലെ ജാതിവ്യവസ്ഥയെയും ചാതുർവർണ്യത്തെയും ആദർശവൽക്കരിക്കുന്നതിലേക്കാണ് കൊണ്ടുചെന്നെത്തിച്ചത്.

എന്നാൽ അംബേദ്കർ; ഇന്ത്യയുടെ സവർണ ആദർശമാതൃകകളെ തുറന്നെതിർത്തുകൊണ്ട്, ലോകത്താകമാനം നടന്ന നവോത്ഥാന മതനിരപേക്ഷ മൂല്യങ്ങളെയാണ് കൊളോണിയലിസത്തിനെതിരായി നിർത്തിയത്.

യഥാർഥത്തിൽ ബ്രിട്ടീഷുകാർ ഇവിടുത്തെ ജാതിബന്ധങ്ങളെയോ, ബ്രാഹ്മണാധീശത്വത്തെയോ പ്രായോഗികമായി എതിർത്തിരുന്നില്ല. ഒന്നാം വട്ടമേശസമ്മേളനത്തിലെ അംബേദ്കറുടെ പ്രസംഗം ബ്രിട്ടീഷുകാരുടെ ഈ നിലപാടുകളെ വിമർശിച്ചുകൊണ്ടായിരുന്നു. “ഞങ്ങളുടെ ഈ സ്ഥിതിക്ക് മാറ്റം വരുത്താൻ ബ്രിട്ടീഷുകാർ എന്താണ് ചെയ്തതെന്ന്” അദ്ദേഹം അവിടെ തുറന്നു ചോദിച്ചു (ഇതിന്റെ വിശദാംശങ്ങൾ നാലാം അധ്യായത്തിൽ കാണാം).

ഒരു ജനാധിപത്യ മതനിരപേക്ഷ ഇന്ത്യ എന്ന സങ്കൽപ്പനം ഉയർത്തിപ്പിടിച്ച ഇന്ത്യയിലെ നേതാക്കന്മാരിൽ മുൻനിരയിലാണ് അംബേദ്കറുടെ സ്ഥാനം. 1949 നവംബർ 25ന് ഭരണഘടനാ നിർമാണസഭയിൽ ചെയ്ത പ്രസംഗത്തിൽ അദ്ദേഹത്തിന്റെ രാഷ്ട്രീയബോധ്യങ്ങൾ ജ്വലിച്ചുനിൽക്കുന്നുണ്ട്.

> 1950 ജനുവരി 26ന് നാം വൈരുധ്യങ്ങളുടേതായ ഒരു ജീവിതത്തിലേക്ക് കടക്കുകയാണ്. രാഷ്ട്രീയത്തിൽ നമുക്ക് സമത്വമുണ്ടായിരിക്കും, സാമൂഹ്യ-സാമ്പത്തിക ജീവിതത്തിൽ നമുക്ക് അസമത്വമാണുണ്ടായിരിക്കുക. രാഷ്ട്രീയത്തിൽ നാം ഒരാൾ - ഒരു വോട്ട്, ഒരു വോട്ട് ഒരു മൂല്യം എന്ന തത്വം അംഗീകരിക്കും. സാമൂഹിക-സാമ്പത്തിക ജീവിതത്തിലാകട്ടെ, നമ്മുടെ സാമൂഹിക-സാമ്പത്തികഘടന കാരണം ഒരാൾ ഒരു മൂല്യം എന്ന തത്വത്തിന്റെ നിഷേധം തുടരും. എത്രകാലം നാം ഈ വൈരുധ്യപൂർണമായ ജീവിതം തുടരും? സാമ്പത്തിക-സാമൂഹിക ജീവിതത്തിൽ എത്രകാലം ഈ സമത്വനിഷേധം തുടരും? ഇത് നാം ദീർഘകാലം തുടർന്നാൽ നമ്മുടെ രാഷ്ട്രീയ ജനാധിപത്യത്തെ ആപത്തിൽപ്പെടുത്തുകയായിരിക്കും. സാധ്യമായ ഏറ്റവുമടുത്ത നിമിഷം ഈ വൈരുധ്യം നാം പരിഹരിക്കേണ്ടതുണ്ട്. അല്ലെങ്കിൽ ഈ അസംബ്ലി കഠിനയത്നത്തിന്റെ ഫലമായി ആവിഷ്കരിച്ച രാഷ്ട്രീയ ജനാധിപത്യഘടനയെ അസമത്വമനുഭവിക്കുന്ന ജനങ്ങൾ തകർത്തുകളയും.

സാമൂഹ്യപരിഷ്കാരവും, സാമ്പത്തിക പരിഷ്കാരവും പരസ്പര പൂരകങ്ങളാണെന്ന് അംബേദ്കർ വിശ്വസിച്ചു. എങ്കിലും സാമൂഹ്യപരിഷ്കാരത്തിന് ഇന്ത്യയുടെ സവിശേഷ സാഹചര്യത്തിൽ അദ്ദേഹം മുൻതൂക്കം കൊടുത്തിരുന്നുവെന്നത് വസ്തുതയാണ്. സാമൂഹ്യ പരിഷ്കാരത്തെക്കുറിച്ച് സംസാരിക്കവേ അംബേദ്കർ ഇങ്ങനെ പറയുകയുണ്ടായി:

> നിശ്ചിതമായി ഒന്നുമില്ല. ശാശ്വതമായി ഒന്നുമില്ല. എല്ലാം മാറുന്നു; മാറ്റമാണ് എല്ലാ വ്യക്തികൾക്കും സമൂഹത്തിനുമുള്ള നിയമം. ... സാമൂഹികപരിഷ്കാരത്തിലേക്കുള്ള പാത നമ്മുടെ ഇന്ത്യാരാജ്യത്ത് ഒരുപാട് ദുരിതങ്ങൾ നിറഞ്ഞതാണ്. നിങ്ങളുടെ വഴിതടയുന്ന രാക്ഷസൻ ജാതിയാണ്. ഈ രാക്ഷസനെ വധിക്കാതെ നിങ്ങൾക്ക് സാമൂഹിക പരിഷ്കാരം, സാമ്പത്തിക പരിഷ്കാരം അസാധ്യമാണ്.

ഇന്ത്യൻ യാഥാർഥ്യത്തെ സ്വതന്ത്രമായി മനസിലാക്കാനും, അതിലെ വൈരുധ്യങ്ങൾ തന്റേതായ രീതിയിൽ പരിഹരിക്കാനും ശ്രമിച്ചു എന്നതാണ് അംബേദ്കർ നൽകിയ സംഭാവനയെന്ന് ഡോ. ആനന്ദ് തെൽതുംദെ നിരീക്ഷിക്കുന്നുണ്ട്. 'സ്വാതന്ത്ര്യം, സമത്വം, സാഹോദര്യത്വം' എന്നീ മൂന്ന് തത്വങ്ങളിലാണ് അംബേദ്കർ തന്റെ രാഷ്ട്രീയ ആദർശങ്ങൾ ഉറപ്പിച്ചത്. ഇത് ഫ്രഞ്ചുവിപ്ലവത്തിന്റെ മുദ്രാവാക്യങ്ങളായതിനാൽ ഒരു ലിബറൽ ബൂർഷ്വാ ജനാധിപത്യവാദിയായി അദ്ദേഹം വിലയിരുത്തപ്പെടുന്നതിന് കാരണമായി.

സോഷ്യലിസത്തെക്കുറിച്ചുള്ള അംബേദ്കറുടെ പല പ്രതികരണങ്ങളും മാറ്റിനിർത്തിയാൽ അദ്ദേഹം ആത്യന്തികമായി ഒരു സോഷ്യലിസ്റ്റാണെന്ന് കാണാം. ആനന്ദ് തെൽതുംദെ എഴുതുന്നു:

> റസ്സലിന്റെ സ്വത്തിനെക്കുറിച്ചുള്ള വിമർശനത്തോടുള്ള അദ്ദേഹത്തിന്റെ എതിർപ്പ്, മാർക്സിയൻ തത്വചിന്തയോടുള്ള അദ്ദേഹത്തിന്റെ അസ്വീകാര്യത, രാഷ്ട്രീയവും സാമ്പത്തികവുമായ പ്രശ്നങ്ങളേക്കാൾ കൂടുതൽ സാമൂഹ്യപ്രശ്നങ്ങൾക്ക് മുൻതൂക്കം കൊടുക്കുന്ന നിലപാടുകൾ, എന്നിവമൂലം ചില പണ്ഡിതന്മാർ അദ്ദേഹത്തിന്റെ സോഷ്യലിസ്റ്റ് വിശ്വാസ്യതയെ സംശയത്തോടെയാണ് കണ്ടിരുന്നത്.

സോഷ്യലിസത്തെക്കുറിച്ചുള്ള അംബേദ്കറുടെ നിലപാടുകൾ പലപ്പോഴായി വിവിധ പരിണാമങ്ങൾക്ക് വിധേയമാകുന്നുണ്ട്. തന്റെ സോഷ്യലിസം, കമ്യൂണിസവുമായി ഒട്ടും ഭിന്നമല്ല എന്ന് അംബേദ്കർ ഒരിക്കൽ പറയുകയുണ്ടായി.

വർഗസമരത്തെ സാമൂഹിക/സാംസ്കാരിക യാഥാർഥ്യങ്ങളുമായി കണ്ണിചേർക്കാതെ പോവുന്നതിനെയാണ് അംബേദ്കർ പ്രശ്നവൽക്കരിച്ചത്. സീതാറാം യെച്ചൂരി എഴുതുന്നു:

> ജാതിയെ വർഗത്തിനെതിരായി പ്രതിഷ്ഠിക്കുന്ന മിഥ്യാവാദത്തെ നാം തള്ളിക്കളയണം. കമ്യൂണിസ്റ്റുകാർ സമൂഹത്തിലെ വർഗവിഭജനത്തിൽ വിശ്വസിക്കുന്നവരാകയാൽ ജാതി അവരുടെ ശ്രദ്ധയിൽ വരേണ്ടതില്ലെന്ന് സ്ഥാപിത താൽപ്പര്യക്കാർ പലപ്പോഴും കമ്യൂണിസ്റ്റുകാരെ ഉപദേശിക്കാറുണ്ട്. ഇതൊരു യാന്ത്രിക വിഭജനമാണ്. ജാതിയും വർഗവും പരസ്പരം ശത്രുതയിലാണെന്ന വാദം വികലമായ ലഘൂകരണമാണ്. എന്നാൽ വർത്തമാന ഇന്ത്യൻ യാഥാർഥ്യത്തിൽനിന്നുള്ള വേറിട്ട സമീപനമാണത്. ജാതിശ്രേണീവൽക്കരണം നമ്മുടെ സമൂഹത്തിൽ നൂറ്റാണ്ടുകളിലൂടെയുണ്ടായ ഒരു സ്ഥാപനമാണ്. പല മിനുസപ്പെടുത്തലുകളുമുണ്ടായിട്ടുണ്ട്. പല മാറ്റങ്ങളുമുണ്ടായിട്ടുണ്ട്; ജാതികളിലും ജാതികൾ തമ്മിലുള്ള ബന്ധങ്ങളിലും. വർഷങ്ങളിലൂടെയാണവ ഉണ്ടായത്. പക്ഷേ, അതിന്റെ അടിസ്ഥാനഘടന; ദലിതരും പിന്നോക്കക്കാരും അനുഭവിക്കുന്ന പീഡനത്തിന്റെ അടിസ്ഥാനസ്വഭാവം ഇതുവരെ മാറിയിട്ടില്ല. അത് പണ്ടത്തെപ്പോലെ നിലനിൽക്കുന്നു. ഈ സാമൂഹികശ്രേണീ ശൃംഖലയിലാണ് ഇന്ത്യൻ വർഗരൂപീകരണം നടക്കുന്നത്. ...വലിയൊരു പരിധിവരെ നമ്മുടെ സമൂഹത്തിലെ ഏറ്റവും ചൂഷണം ചെയ്യപ്പെടുന്ന വർഗങ്ങൾ സാമൂഹികമായി ഏറ്റവും അടിച്ചമർത്തപ്പെടുന്ന ജാതികളിൽപ്പെട്ടവരാണ്. വർഗചൂഷണത്തിനെതിരായ സമരവും സാമൂഹികമായ അടിച്ചമർത്തലിനെതിരായ സമരവും പരസ്പര പൂരകങ്ങളാണ്. ഈ വിഭാഗങ്ങൾ ഇരട്ടചൂഷണത്തിന് വിധേയരാവുന്നു. ഈ പരസ്പര പൂരകത്വം അംഗീകരിക്കപ്പെടണം.

അംബേദ്കർ സാമൂഹ്യമായ ചൂഷണത്തിനാണ് പ്രാധാന്യം കൽപ്പിച്ചിരുന്നത്. അതുകൊണ്ട് സാമ്പത്തികചൂഷണത്തെ അദ്ദേഹം തള്ളിക്കളഞ്ഞുവെന്ന് വാദിക്കാൻ കഴിയില്ല. ചൂഷണത്തിന്റെ ഈ ഇരട്ടമുഖങ്ങളെ വൈരുധ്യാത്മകമായി ബന്ധപ്പെടുത്തി മാത്രമേ ഇന്ത്യയിലെ ഇടതുപക്ഷത്തിന് മുന്നോട്ടുപോകാൻ കഴിയൂ എന്ന സമകാലിക പാഠങ്ങൾക്ക് കരുത്തുനൽകാൻ അംബേദ്കറുടെ കാഴ്ചപ്പാടുകൾ ഉപകരിക്കും.

സോഷ്യലിസം യാഥാർഥ്യമാകാൻ ഭരണകൂടം എന്ന സങ്കൽപ്പനമാണ് അദ്ദേഹം മുന്നോട്ടുവച്ചത്. അതാകട്ടെ തീർത്തും ആശയവാദപരമായിരുന്നു. *ഭരണകൂടവും ന്യൂനപക്ഷങ്ങളും* എന്നപേരിൽ പിന്നീട് പ്രസിദ്ധീകരിക്കപ്പെട്ട ഭാവി ഭരണഘടനയുടെ കരടുരേഖയിൽ അംബേദ്കറുടെ സോഷ്യലിസ്റ്റുചിന്ത എപ്രകാരമായിരുന്നുവെന്ന് കാണാം. ഈ രേഖ നടപ്പിലാക്കപ്പെട്ടിരുന്നെങ്കിൽ ഇന്ന് കാണുന്നതിനുമപ്പുറത്തുള്ള ഒരു മതനിരപേക്ഷ ജനാധിപത്യ ഇന്ത്യ രൂപപ്പെടുമായിരുന്നു എന്നതിൽ തർക്കമില്ല. അത്തരം ഇന്ത്യൻ പരിസരത്ത് ഇടതുപക്ഷ ജനാധിപത്യശക്തികളുടെ മുന്നേറ്റത്തിന്റെ പാത കുറേക്കൂടി സുഗമമാകുമായിരുന്നു. ഭാവിഭ

രണഘടനയ്ക്കുവേണ്ടി തയാറാക്കിയ ഈ കരടുരേഖയിലെ പുരോഗമനപരമായ വകുപ്പുകൾ താഴെപ്പറയുന്നു.

* പ്രധാനപ്പെട്ട എല്ലാ വ്യവസായങ്ങളും സേവനസ്ഥാപനങ്ങളും രാഷ്ട്രത്തിന്റേതായിരിക്കണം.
* ഇൻഷുറൻസ് മേഖല പൊതുമേഖലയിലായിരിക്കണം. എല്ലാ പൗരനമാർക്കും ഇൻഷുറൻസ് നിർബന്ധിതമാക്കണം.
* സ്വകാര്യമേഖലയ്ക്കും വ്യവസായ സംരഭകർക്കും സാമ്പത്തികഘടനയിൽ സ്ഥാനങ്ങളുണ്ടെങ്കിലും അത് മേൽക്കോയ്മയുടേതായിരിക്കില്ല.
* ഭൂമിയുടെ ദേശസാൽക്കരണം, പൊതുതത്വത്തിലുള്ള സഹകരണാടിസ്ഥാനത്തിലുള്ള കൃഷി.

അംബേദ്കറുടെ ഈ രാഷ്ട്രസങ്കൽപ്പം സ്റ്റേറ്റ് സോഷ്യലിസം എന്നാണറിയപ്പെടുന്നത്. ഭരണഘടനയിലെ മൗലിക അവകാശങ്ങളിൽ സ്റ്റേറ്റ് സോഷ്യലിസം ഉൾപ്പെടുത്താനുള്ള അംബേദ്കറുടെ ശ്രമത്തെ മറ്റ് ദേശീയനേതാക്കൾ എതിർക്കുകയാണുണ്ടായത്.

ഇന്ത്യയുടെ ഭാവി രൂപപ്പെടുത്താനുള്ള ഇടതുപക്ഷ മതേതരപ്രസ്ഥാനങ്ങളുടെ പ്രവർത്തനങ്ങൾക്ക് അംബേദ്കർ ശക്തിപകരുന്നുണ്ട്. സീതാറാം യെച്ചൂരി എഴുതുന്നു:

> തളരാത്ത മഹായോദ്ധാവായിരുന്നു അംബേദ്കർ. ദളിതരേയും പിന്നോക്കവിഭാഗങ്ങളേയും സമൂഹത്തിന്റെ മുഖ്യധാരയിലേക്ക് കൊണ്ടുവരുന്നതിന് ഡോ. അംബേദ്കർ തന്റെ കാലത്ത് ഏറ്റെടുത്ത് നടത്തിയ സമരം പുതിയ സാഹചര്യങ്ങൾക്കനുസൃതമായി നാം ഏറ്റെടുത്തു നടത്തണം... ജാതിമർദനവും സാമ്പത്തിക ചൂഷണവും അവസാനിപ്പിക്കാൻ ഫ്യൂഡൽ-അർധഫ്യൂഡൽ കാർഷികബന്ധങ്ങൾ നിർമാർജനം ചെയ്യണം. കർഷകപ്രസ്ഥാനം തുടങ്ങണം. അടിച്ചമർത്തലിനും ചൂഷണത്തിനും വിധേയരാവുന്ന കോടാനുകോടി മനുഷ്യരുടെ മോചനത്തിന് ഇത് വഴിയൊരുക്കും.

9

ഹിന്ദു കോഡ് ബില്ലിലെ സ്ത്രീവിമോചന കാഴ്ചപ്പാട്

ഇന്ത്യയിലെ ജാതിവ്യവസ്ഥ മനുഷ്യരെ പ്രധാനമായും ഇരട്ടചൂഷണത്തിന് വിധേയമാക്കാൻ പോന്നതായിരുന്നു. ഒന്ന് മനുഷ്യൻ എന്ന നിലയ്ക്കുള്ള അവന്റെ/അവളുടെ ഭാവിയിലുള്ള ഏറ്റക്കുറച്ചിലും അതിന്റെ അടിസ്ഥാനത്തിലുള്ള ചൂഷണവും. ഇത്, കീഴാളജാതിയിലെ ജനതയെ അടിമത്തത്തെക്കാൾ ശോചനീയമായ അവസ്ഥയിൽ എത്തിച്ചു. മറ്റൊന്ന്, ലിംഗപരമായ ചൂഷണവും തരംതാഴ്ത്തലുമാണ്. *മനുസ്മൃതി*യുടെ നീതിവ്യവസ്ഥ അനുവർത്തിക്കുന്ന ബ്രാഹ്മണ്യ പൗരോഹിത്യത്തിന് മേൽക്കൈയുള്ള ഇന്ത്യൻ സമൂഹ്യ സാഹചര്യം സ്ത്രീകളെ മനുഷ്യരായിപ്പോലും പരിഗണിച്ചിരുന്നില്ല. അതുകൊണ്ട് ജാതിക്കെതിരെയുള്ള ഏത് പോരാട്ടവും പുരുഷമേൽക്കോയ്മയുടെ നിർമിതിയായ ജാതിവ്യവസ്ഥയ്ക്കെതിരെയുള്ള പോരാട്ടം കൂടിയായിരുന്നു.

ഇന്ത്യൻ ദേശീയപ്രസ്ഥാനവുമായി ബന്ധപ്പെട്ട് നിരവധി നവോത്ഥാന നായകർ സ്ത്രീകളുടെ സ്വാതന്ത്ര്യത്തിനും അവകാശത്തിനും വേണ്ടി രംഗത്തുവന്നു. എന്നാൽ അതിൽനിന്നൊക്കെ വ്യത്യസ്തമായിരുന്നു അംബേദ്കറുടെ സ്ത്രീവിമോചന കാഴ്ചപ്പാട്. 'സ്ത്രീകളും അംബേദ്കറും' എന്ന പ്രബന്ധത്തിൽ അഹല്യ രങ്കനേക്കർ എഴുതുന്നു:

> സ്ത്രീകളുടെ അവകാശങ്ങൾക്കുവേണ്ടിയുള്ള പോരാട്ടത്തിൽ അംബേദ്കർ അദ്ദേഹത്തിന്റെ ഗുരുനാഥനായ മഹാത്മാ ഫൂലെയെയാണ് പിന്തുടർന്നത്. രാജാറാം മോഹൻറോയ്, ലകിത്വാഡി, റനാഡേ, അകാർക്കർ തുടങ്ങിയ ശ്രേഷ്ഠരായ സാമൂഹ്യചിന്തകർ ഇത്തരം ഉദ്യമങ്ങൾക്ക് വഴിയൊരുക്കിയെന്നതിൽ സംശയമില്ല. പക്ഷേ, അവരുടെ പരിശ്രമങ്ങൾ 'കുടുംബ പരിഷ്കാരങ്ങളിൽ' മാത്രം ഒതുങ്ങിനിൽക്കുന്നതായിരുന്നു. എന്നാൽ ഫൂലെയും

> അദ്ദേഹത്തിന്റെ ഭാര്യ സാവിത്രി ഫൂലെയും അതിനുമപ്പുറം, സ്ത്രീകളുടെ തുല്യതയ്ക്കുവേണ്ടിയും, സാമൂഹ്യ ജീവിതത്തിനുവേണ്ടിയുമാണ് പ്രവർത്തിച്ചത്.

കേവലമായ പരിഷ്കാരങ്ങൾക്കുമപ്പുറത്തുള്ള സാമൂഹ്യമാറ്റത്തിന്റെ ചാലകശക്തിയായി സ്ത്രീകളെ ഉയർത്തുന്ന പ്രായോഗിക പ്രവർത്തനങ്ങൾക്ക് നേതൃത്വം കൊടുത്ത ജ്യോതിബാഫൂലെയുടെ കീഴാള നവോത്ഥാനശ്രമങ്ങളെയാണ് അംബേദ്കർ പിന്തുടർന്നത്. ഫൂലെ സ്ത്രീവിദ്യാഭ്യാസത്തിന് വളരെയധികം പ്രാധാന്യം കൊടുത്തിരുന്നു. ഹിന്ദുമതം ചവറ്റുകൊട്ടയിലേക്ക് വലിച്ചെറിഞ്ഞ സവർണവിഭാഗത്തിൽപ്പെട്ട വിധവകളെ പുനരധിവസിപ്പിക്കുന്ന പ്രവർത്തനങ്ങൾക്ക് ഫൂലെയും സാവിത്രി ഫൂലെയും നേതൃത്വം കൊടുത്തു.

തന്റെ ഗുരുനാഥന്മാരിൽ ഒരാളായ ഫൂലെയുടെ സ്ത്രീവിമോചന കാഴ്ചപ്പാട് തന്നെയായിരുന്നു അംബേദ്കർക്കും ഉണ്ടായിരുന്നത്. ഇന്ത്യയിൽ സ്ത്രീകളെ അടിച്ചമർത്താൻ ഉപയോഗിക്കുന്ന ആയുധം *മനുസ്മൃതി*യാണെന്ന ബോധ്യം അദ്ദേഹത്തിനുണ്ടായിരുന്നു.

മനുസ്മൃതി പറയുന്നു: "രാത്രിയും പകലും പുരുഷൻ സ്ത്രീയെ തനിക്ക് വിധേയയാക്കി വച്ചിരിക്കണം. സ്ത്രീകൾ വിഷയസുഖത്തിൽ താൽപ്പര്യമുള്ളവരാകയാൽ ഒരാളിന്റെ നിയന്ത്രണത്തിൽ അവളെ തളച്ചിടുക." "ശൈശവത്തിൽ പിതാവിനും യൗവനത്തിൽ ഭർത്താവിനും ഭർത്താവ് മരിച്ചാൽ മക്കൾക്കും ഒരു സ്ത്രീ വിധേയയായി കഴിഞ്ഞുകൊള്ളണം." "ഭർത്താവ് എന്നുപറഞ്ഞാൽ ഭാര്യ ഉള്ളവൻ എന്നാണ് അർഥം. അതുകൊണ്ട് ഒരിക്കൽ വിവാഹിതയായാൽ ഒരുസ്ത്രീക്ക് മോചനമില്ല."

അംബേദ്കറിന്റെ അഭിപ്രായത്തിൽ: "ഇത് ഒരു പുരുഷനെ, സ്ത്രീയോട് ബന്ധിപ്പിക്കുന്നതായിരുന്നില്ല. മറിച്ച്, പുരുഷനെ സ്വതന്ത്രനാക്കിയിട്ടുകൊണ്ട്, സ്ത്രീയെ പുരുഷന്റെ അടിമയാക്കി കെട്ടിയിടുന്നതിനായിരുന്നു."

പുരുഷന് എപ്പോൾ വേണമെങ്കിലും സ്ത്രീയിൽനിന്ന് സ്വതന്ത്രനാവാം എന്നും മനു പറയുന്നു. സ്ത്രീയെ കായികമായി ശിക്ഷിക്കാനുള്ള അവകാശവും മനു പുരുഷന് നൽകുന്നുണ്ട്. മനുവിന്റെ ഈ സ്ത്രീവിരുദ്ധത ഇന്ത്യൻ സവർണ പുരുഷമേൽക്കോയ്മയുടെ പ്രതീകമായിരുന്നു. ജാതിവ്യവസ്ഥ ഊട്ടിയുറപ്പിച്ച ഈ പുരുഷ മേൽക്കോയ്മാ സമൂഹത്തിൽ അറിവിന്റെ എല്ലാ വാതിലുകളും സ്ത്രീക്കുമുമ്പിൽ മനു കൊട്ടിയടച്ചു. "സ്ത്രീകൾ വേദങ്ങൾ അനുശാസിക്കുന്ന ദിനംപ്രതിയുള്ള മതാനുഷ്ഠാനങ്ങൾ ചെയ്യാൻ പാടില്ല." അക്കാലത്തെ വിദ്യാഭ്യാസവും അറിവും എന്നത് വേദപഠനവും മന്ത്രജപങ്ങളും മറ്റുമാണല്ലോ. ശൂദ്രനേക്കാൾ, പുറജാതി സമൂഹത്തെപ്പോലെതന്നെയായിരുന്നു സ്ത്രീകളെയും ഇന്ത്യൻ ബ്രാഹ്മണ്യം കണ്ടിരുന്നത് എന്നതിന് ഇങ്ങനെ നിരവധി ഉദാഹരണങ്ങൾ നിരത്തുവാൻ കഴിയും.

അംബേദ്കറുടെ സ്ത്രീവിമോചന കാഴ്ചപ്പാട് എത്രമേൽ ലക്ഷ്യം കണ്ടുവെന്ന ആലോചനയേക്കാൾ സ്ത്രീകളുടെ സാമൂഹ്യ ഉന്നതിക്കു വേണ്ടിയുള്ള അദ്ദേഹത്തിന്റെ പരിശ്രമങ്ങൾ വിലയിരുത്തുകയാണ് ഉചിതമെന്ന് തോന്നുന്നു. കാരണം ഇനിയും പരിഹരിക്കപ്പെടാത്തവിധം ആഴത്തിൽ വേരൂന്നിക്കിടക്കുന്ന പുരുഷാധിപത്യ/സവർണ മൂല്യങ്ങളുടെ ഒരു സാമൂഹ്യക്രമമാണ് ഇന്നുമിവിടെ നിലനിൽക്കുന്നത്.

അംബേദ്കറുടെ സ്ത്രീപക്ഷ നിലപാടിന്റെ ഒന്നാന്തരം ഉദാഹരണമായി ഉയർത്തിക്കാണിക്കാനാവുന്നത് അദ്ദേഹത്തിന്റെ ഹിന്ദു കോഡ് ബില്ലാണ്. ഹിന്ദുമതത്തിന്റെ പുരുഷാധിപത്യപരവും ജീർണവുമായ അനീതികളെ നിയമപരമായി നേരിടുവാൻ കെൽപ്പുള്ളതായിരുന്നു അത്. യാഥാസ്ഥിതിക സവർണ നേതൃത്വം ഈ ബില്ലിനെതിരെ ശബ്ദകോലാഹലങ്ങൾ ഉയർത്തിയതിൽനിന്നുതന്നെ അതിന്റെ വിപ്ലവാത്മകത തിരിച്ചറിയാം. പലതരം വിവാഹസമ്പ്രദായങ്ങൾ നിലനിന്നിരുന്ന ഇന്ത്യൻ സമൂഹത്തിൽ ഏകീകൃതമായ ഒരു നിയമം ഇക്കാര്യത്തിൽ ഉണ്ടാക്കാനുള്ള ശ്രമം ഹിന്ദു കോഡ് ബില്ലിൽ ഉണ്ടായിരുന്നു.

ആത്യന്തികമായി 'ഹിന്ദുകോഡ് ബില്ല്' *മനുസ്മൃതി*ക്കെതിരായ ഒരു രാഷ്ട്രീയനീക്കമായിരുന്നു.

1951 സെപ്തംബർ 17ാം തീയതി ബില്ലിന്റെ മേലുള്ള ചർച്ച വന്നപ്പോൾ ഡോ. ശ്യാമപ്രസാദ് മുഖർജി അസഹിഷ്ണുതയും കോപവും അടക്കാനാവാതെ ഇപ്രകാരം പറഞ്ഞു: "ഹിന്ദു കോഡ് ബിൽ ഹിന്ദു സംസ്കാരത്തിന്റെ പരിപാവനമായ ഘടനയെ തകർത്തുകളയും. യുഗങ്ങളായി, നിരവധി പരിവർത്തനങ്ങളിലൂടെ സാത്മീകരിച്ചു വന്നിട്ടുള്ള ഊർജ്ജസ്വലവും വിശ്വവ്യാപകവുമായ ഒരു സംസ്കാരത്തെ അസാധുവാക്കുകതന്നെ ചെയ്യും."

ഹിന്ദു കോഡ്ബിൽ ഏക ഭാര്യത്വത്തിൽ അധിഷ്ഠിതമായ നിയമനിർമാണമാണ് അനുശാസിക്കുന്നത്. സ്ത്രീകൾക്ക് കുടുംബസ്വത്തിൽ അവകാശവും ദത്തെടുക്കാനുള്ള അവകാശവും ഈ ബിൽ ശുപാർശ ചെയ്യുന്നു. നിയമത്തിനു മുമ്പിലുള്ള തുല്യത മറ്റൊരു സവിശേഷതയായിരുന്നു.

വലിയ വിപ്ലവമായി അംബേദ്കർ ഇതിനെ കാണുന്നില്ല. 1949ൽ കോൺസ്റ്റിറ്റുവന്റ് അസംബ്ലിയിൽ അംബേദ്കർ പറയുകയുണ്ടായി: "ഇത് ഒരർഥത്തിലും വിപ്ലവകരമായ നടപടിയല്ല. കമ്മിറ്റിയിൽ ആകെ നാല് അംഗങ്ങളുള്ളതിൽ രണ്ടുപേർ തികഞ്ഞ പിന്തിരിപ്പന്മാരാണ്. അവർ ഇതിൽ ഒപ്പിട്ടിരിക്കുന്നു. പിന്നെ ഇതെങ്ങനെ വിപ്ലവകരമാകും?"

ഹിന്ദു കോഡ് ബില്ല് മേൽപ്പറഞ്ഞ രീതിയിൽ നാല് പുതിയ കാര്യങ്ങൾ നടപ്പിലാക്കാനായുള്ള ശ്രമത്തിന്റെ ഭാഗമായിരുന്നു. (1) ജന്മംകൊണ്ടുള്ള അവകാശങ്ങൾ ഇല്ലാതാക്കുക. (2) സ്ത്രീകൾക്ക് സ്വത്തിനുമേലുള്ള പൂർണമായ അവകാശം. (3) പെൺകുട്ടികൾക്ക് സ്വത്തിന്റെ വിഹിതം നൽകുക. (4) വിവാഹമോചനത്തിനുള്ള വ്യവസ്ഥ.

സ്ത്രീകളുടെ സാമൂഹ്യഭാവിയും അന്തസ്സും ഉയർത്തുന്ന ഈ ബില്ല് മനുഷ്യനന്മയ്ക്കുവേണ്ടി പ്രവർത്തിക്കുന്ന പലരും സ്വീകരിച്ചു. ഒരു മതനിരപേക്ഷ ജനാധിപത്യ ഇന്ത്യയെ സ്വപ്നംകാണുന്ന ഏതൊരാളും ഈ ബില്ലിനെ സ്വാഗതം ചെയ്യും. സമൂഹത്തിൽ അടിയുറച്ചുപോയ അനാചാരങ്ങളെയും സ്ത്രീവിരുദ്ധതയെയും കടപുഴക്കാൻ നിയമങ്ങളുടെ ക്രോഡീകരണംകൊണ്ട് ഏറെക്കുറെ സാധിക്കുമെന്ന് അംബേദ്കർ വിശ്വസിച്ചു. ഹിന്ദു കോഡ് ബില്ലിനെ സംബന്ധിച്ച് അദ്ദേഹം ഇങ്ങനെയെഴുതി. "സ്ത്രീകളുടെ സാമൂഹികമായ മുന്നേറ്റത്തിന് തടസ്സം നിൽക്കുന്നതെന്താണോ അതിനെ മാറ്റിത്തീർക്കുക. അതാണ് ഈ ബില്ല് ലക്ഷ്യമാക്കുന്നത്."

ഇന്ത്യയുടെ സാമൂഹ്യ-രാഷ്ട്രീയ ചരിത്രത്തിലെ ഉജ്ജ്വലമായ അധ്യായമായി ഹിന്ദു കോഡ് ബിൽ നിലനിൽക്കും. ഇന്ത്യയിലെ സവർണ നേതൃത്വം ബില്ലിനെതിരെ പ്രക്ഷോഭം നടത്തിക്കൊണ്ട് അതിനെ പരാജയപ്പെടുത്തി. പുരോഗമനത്തിന്റെ അഗ്നിജ്വാലകൾ എത്ര ഊതിക്കെടുത്തിയാലും കനലുകൾ അവശേഷിക്കും. അതുപോലെ ബില്ലിനെ പൂർണമായി നാമാവശേഷമാക്കാൻ അവർക്കു കഴിഞ്ഞില്ല. ഹിന്ദു കോഡ് ബില്ലിൽ അംബേദ്കർ ഉൾക്കൊള്ളിച്ച കാര്യങ്ങൾ നാല് പ്രത്യേക നിയമങ്ങളായി പിൽക്കാലത്ത് ഇന്ത്യൻ പാർലമെന്റ് അംഗീകരിച്ചു. 1955ലെ ഹിന്ദു മാര്യേജ് ആക്ട്, 1956ലെ ഹിന്ദു ദത്തെടുക്കലും ചെലവിനു നൽകലും സംബന്ധിക്കുന്ന നിയമം, ഹിന്ദു മൈനോറിട്ടി രക്ഷകർതൃനിയമം –1956 എന്നിവയാണത്.

അംബേദ്കറുടെ പ്രധാനകൃതികൾ

- Administration and Finance of the East India Company
- Ancient Indian Commerce
- Annihilation of Caste
- Buddha And His Dhamma
- Castes in India
- Commercial Relations of India in the Middle Ages
- Communal Deadlock And a Way to Solve it
- Essays on Untouchables and Untouchability 1
- Essays on Untouchables and Untouchability 2
- Essays on Untouchables and Untouchability 3
- Evidence Before the Royal Comission On Indian Currency And Finance
- Federation versus Freedom
- Frustration
- India and The Pre-requisites of Communism
- India on the eve of the crown government
- Lectures on the English Constitution
- Maharashtra as a Linguistic Province
- Manu and the Shudras
- Mr. Russell And The Reconstruction of Society
- Mr. Gandhi And The Emancipation Of The Untouchables
- Need for Checks and Balances
- Notes on Acts and Laws
- Notes on History of India

- Notes on Parliamentary Procedure
- Pakistan or the Partition of India
- Paramountcy and the claim of the India states to be independent
- Philosophy of Hinduism
- Plea to the foreigner
- Preservation of Social Order
- Ranade Gandhi & Jinnah
- Review : Currency & Exchange
- Review : Report of the Taxation Inquiry Committee
- Revolution and Counter-Revolution in Ancient India
- Riddle in Hinduism
- Small Holdings in India and their Remedies
- Statement of Evidence to the Royal Commission on Indian Currency
- States and Minorities
- The Constitution of British India
- The Evolution of Provincial Finance in British India
- The Present Problem in Indian Currency
- The Present Problem in Indian Currency 2
- The Problem of Political Suppression
- The Problem of the Rupee
- The Untouchables and the Pax Britannica
- The Untouchables Who were they and why they became Untouchables
- Thoughts on Linguistic States
- Untouchables or the Children of India
- Waiting for a Visa
- What Congress and Gandhi have done to the Untouchables
- Which is Worse?
- Who were the Shrudras?
- With the Hindus

റഫറൻസ്

The Pioneering Social Rerformers of India	–	Editors J Kishore, P C Roy.
Dr. Baba Saheb Ambedkar	–	Vasant Moon
Dr. Ambedkar life and mission	–	Dananjay Keer
അംബേദ്കർ ബൗദ്ധിക വിക്ഷോഭത്തിന്റെ അഗ്നിജ്വാല	–	പോൾ ചിറക്കരോട്
ഡോ. അംബേദ്കർ സമ്പൂർണകൃതികൾ വാല്യം–25	–	കേരള ഭാഷാ ഇൻസ്റ്റിറ്റ്യൂട്ട്
ഡോ. അംബേദ്കർ സമ്പൂർണകൃതികൾ വാല്യം–1	–	കേരള ഭാഷാ ഇൻസ്റ്റിറ്റ്യൂട്ട്
ഡോ. അംബേദ്കർ സമ്പൂർണകൃതികൾ വാല്യം–9	–	കേരള ഭാഷാ ഇൻസ്റ്റിറ്റ്യൂട്ട്
ഡോ. അംബേദ്കർ സമ്പൂർണകൃതികൾ വാല്യം–14	–	കേരള ഭാഷാ ഇൻസ്റ്റിറ്റ്യൂട്ട്
ഡോ. അംബേദ്കർ സമ്പൂർണകൃതികൾ വാല്യം–23	–	കേരള ഭാഷാ ഇൻസ്റ്റിറ്റ്യൂട്ട്
മുസ്ലിങ്ങളും അംബേദ്കറും മിത്തും യാഥാർഥ്യവും	–	ഡോ. ആനന്ദ് തെൽതുംദെ പരി. പി കെ ശിവദാസ്
ഭാരതരത്നം അംബേദ്കർ	–	ടി എച്ച് പി ചെന്താരശേരി.
മുമ്പേ നടന്നവർ	–	സി ഭാസ്കരൻ
അംബേദ്കറും മാർക്സിസവും	–	ഡോ. ആനന്ദ് തെൽതുംദെ
മതവും വർഗീയതയും ആഗോളവൽക്കരണകാലത്ത്	–	സീതാറാം യെച്ചൂരി പരി. സി പി അബൂബക്കർ